स्पंदन
एक अलौकिक काव्यसंग्रह

डॉ. सुरेंद्र लभडे

Copyright © Dr. Surendra Labhade
All Rights Reserved.

ISBN 979-888530257-9

This book has been published with all efforts taken to make the material error-free after the consent of the author. However, the author and the publisher do not assume and hereby disclaim any liability to any party for any loss, damage, or disruption caused by errors or omissions, whether such errors or omissions result from negligence, accident, or any other cause.

While every effort has been made to avoid any mistake or omission, this publication is being sold on the condition and understanding that neither the author nor the publishers or printers would be liable in any manner to any person by reason of any mistake or omission in this publication or for any action taken or omitted to be taken or advice rendered or accepted on the basis of this work. For any defect in printing or binding the publishers will be liable only to replace the defective copy by another copy of this work then available.

मनोगत

मनाच्या गाभाऱ्यातील काल्पनिकतेचा दरवाजा उघडला की, विचारांच्या राशी बाहेर पडु लागतात. हलकेश्या हवेच्या झोताने झाडाची फांदी हलावी आणि त्याची चाहुल लागताच पक्षाच्या थव्यांनी गगनभरारी घ्यावी. त्याप्रमाणे मनाला कसल्या प्रसंगाची किंवा आठवणींची चाहुल लागताच विचारांचे थवे चोहीकडे सैरवैर झेपावु लागतात. मग ते विचार निसर्गाच्या, व्यक्तीच्या, समाजकारणाच्या, राजकारणाच्या, इतिहासाच्या किंवा सौंदर्याच्या संबंधीत असो. हे विचार डोक्यात गर्दी करू लागतात. धाग्याशी धागा जुळून जसे मखमली वस्त्र तयार होते. त्याप्रमाणे शब्दाशी शब्द जुळून काव्यपंक्ती तयार होत जातात. त्यातुनच छोट्या मोठ्या कवितांची निर्मिती होते, आणि अश्या अनेक कवितांच्या संचयातुनच बनतो एक अनमोल काव्यसंग्रह.

जिवनाच्या वाटेवर अनेक सुख दुखांचे वळणे येत असतात. ह्या वळनांवर आपल्याला अनेक चांगले वाईट अनुभव मिळत असतात. ही वाट प्रत्येक वळणावर वेगवेगळ्या गोष्टींची आणि अनुभवांची प्रचिती करून देत असते. ह्या वाटेतील पहिल्याच वळणावर घर लागते ते आपलेच. त्यात असते प्रेमळ आई, खंभीर वडिल, पाठिराखा भाऊ, जवळची मैत्रीण बहीन, आणि गप्पा गोष्टींनी व मधुर वाणीने जमिनीवरही स्वर्गाचे दर्शन घडविणारे आजी आजोबा. अथक प्रवासात विश्रांती घ्यायची म्हटली की पुन्हा पुन्हा हेच वळण यावे असे कितीही वाटत असते तरी ह्या वळणावर आयुष्य आपल्याला फार काळ थांबु देत नाही. वेळेप्रमाणे जिवनातील ही वळणे देखील सतत बदलत असतात. बाळपणीचे हे वळण संपते ना संपते तोच तारुण्याचा घाट देखील आतुरतेने आपली वाट बघत बसलेला असतो.

ह्या घाटात आपल्याला आपली क्षमता आणि आपल्यातील दोषही कळतात. इथेच आपल्या हाती लागते ती शिक्षणाची दुधारी तलवार आणि इथेच मिळतात जीवाला जीव देणारे मित्र, मैत्रीण आणि प्रेम. जीवनाच्या प्रवासातील हे वळण खरोखरच सोळाव्या वर्षाप्रमाणे धोक्याचेच असते. ह्या प्रवासातील प्रत्येक नवीन रस्ता दुरून मनमोहक आणि हवेसा वाटणारा असतो. जवळ गेल्यावर मात्र तीव्र वळणाची प्रचीती येते. ह्या वळणावर बऱ्याच जणांचे ब्रेक फेल होतात. काही जणांचे लागतच नाही, काहींना लावायचेच नसतात, काही तोल जावुन दरित कोसळतात तर मोजकेच त्या वळणावरून सुखरूप पुढे जातात. ह्या प्रवासात मित्राचा सहवास हवेसा वाटतो तेवढाच प्रेमाचाही. पुढील वळण लागते ते संसारीक जीवणाचे. मुलं बाळं, त्यांचे शिक्षण, आणि त्यांच्या भविष्याच्या चिंतेत आपले वर्तमानातील हे वळण कधी संपुन जाते कळतच नाही. शेवटचे वळण लागते ते वृद्धापकाळाचे. येथील रस्ते मात्र खुप खडतर असतात. हे रस्ते जरी भविष्याच्या चिंतेने नागमोडी वळणे घेत नसली, तरी समोर अंधुकशा धुक्यांनी नेहमी झाकाळलेली असतात. त्यामुळे ह्या वळणावरील रस्ता कोणत्या क्षणात संपेल याची कुणालाही शाश्वती नसते. जीवनातील ह्या वेगवेगळ्या वळणावरील अनेक अनुभवांचे वर्णन मी माझ्या कवितांद्वारे ह्या काव्यसंग्रहामधे मांडण्याचा एक छोटासा प्रयत्न केला आहे.

मनात आलेले चांगले विचार कागदावरती किंवा मोबाईल मधे टिपून ठेवण्याचा मला छंद आहे. एक विरंगुळाच समजा. छोटे मोठे लेख नेहमीच लिहायचो आणि मित्रांना व परिचयातील व्यक्तींना पाठवायचो. ते देखील वेळात वेळ काढुन वाचायचे व त्यांच्या प्रतिक्रिया कळवायचे. यामधुन अजुनच एक वेगळी उर्जा आणि प्रेरणा मिळायची. वेगवेगळ्या विषयांवर लेख तर अनेकदा लिहीले होते, परंतु कविता लिहीण्याचा मी कधी प्रयत्न केला नव्हता. किंबहुना आपल्याला काव्य लिहायचे आहे किंवा आपण लिहु शकतो असा विचार देखील कधी मनात डोकावत नव्हता. दुधात जसे

दही, तुप, ताक आणि लोणी बनण्याचे सामर्थ्य असते. परंतु त्यात हे परिवर्तन घडविण्याकरीता रवीच्या सहाय्याने घुसळविण्याची गरज लागते, तेव्हाच दुधाला त्यातील नवनवीन गुणांचा प्रत्यय येतो. त्याप्रमाणे आपल्यातही काही सुप्त गुण दडलेले असतात, आणि त्या गुणांना वाव देण्यासाठी प्रोत्साहन देणाऱ्या व्यक्तीची गरज असते. त्यामुळे आपण देखील हे कार्य करू शकतो याची आपल्याला जाणीव होते. काव्य निर्मितीचे हेच प्रोत्साहन मला दिक्षा कडुन मिळाले. माझ्या प्रत्येक कवितेचे मनभरून कौतुक आणि शाबासकी मला इथुनच मिळाली. त्यामुळेच अनेक नवनवीन कविता रचण्याची प्रेरणा मिळत गेली. ह्या अनमोल योगदानासाठी मी तिचा ऋणी आहे. तसेच कवितेतील काही शब्दांच्या आणि आशयातील त्रुटी वेळोवेळी दाखवुन त्यात काय सुधारणा करता येईल याचे मार्गदर्शन केले ते कैलास डावरे काकांनी. त्यांचा मी मनापासुन आभारी आहे. काव्यसंग्रह पुर्ण झाल्यानंतर कवितांची जुळवाजुळव, त्यांचा क्रम,अनुक्रमणिका आणि संपादनाच्या कामात डॉ. संकेतने मदत केली. कौतुकाची आणि शाबासकीची थाप माझ्या पाठीवर ठेवुन प्रेरणेची ज्योत मनात सतत तेवत ठेवण्याच काम आई, बाबा, ताई, भाऊ आणि मित्रपरिवाराने केले. ह्या सर्वांचा मी आभारी आहे. आभार तर अनेक जणांचे व्यक्त करायचे आहेत, परंतु सर्वांचे नावे येथे घेता येणे शक्य नसल्यामुळे, कळत नकळत, प्रत्यक्ष किंवा अप्रत्यक्षपणे माझ्या कवितांचे तोंडभरून कौतुक केल्याबद्दल मी सर्वांचाच ऋणी आहे. असेच प्रेम यापुढेही रहावे ही आशा.

जीवनातील वेगवेगळ्या वळणांवरील नवनवीन अनुभवांचा, आठवणींचा आणि कल्पकतेचा कुंभ मी शब्दरूपी अमृताने भरण्याचा हा एक छोटासा प्रयत्न केला आहे. यातील काही अमृत गोड हवेसे वाटणारे आहे. तर काही तिखट, बेचव आणि न पचणारे देखील असु शकते. नावारूपास आलेल्या अगणिक कविंच्या समुद्रमंथनात मी एका नवोदित पामराने शब्दरत्नांची छेडछाड करून हा काव्यरूपी कुंभ भरविला आहे. जे स्वादिष्ट

वाटेल ते दोन्ही ओंजळीने मनमुराद प्राशन करा. बेचव असलेले तिथेच सोडुन द्या. माझा हा छोटासा काव्यसंग्रह आपल्या जीवनातील नैराशाचा लाटा शमवुन आनंदाच्या लहरी निर्माण करण्याचा प्रयत्न नेहमीच करत राहील.

अनुक्रमणिका

1. मन सैरवैर व्हावे..	1
2. तू चाल गड्या त्या क्षितिजाकडे	3
3. सांग तू मला	5
4. ताई	7
5. शिवबा	8
6. पाऊस	10
7. माणुस	12
8. विनवणी	14
9. सागरा	16
10. बालपण	17
11. राजकारण	19
12. देवा	21
13. स्वप्न	23
14. जीवन	25
15. वीर छत्रपती संभाजीराजे पोवाडा	28
16. विरह.	33
17. मना	35
18. हृदयस्पर्श	37
19. फक्त जग म्हणा.	39
20. मोबाईल.	40
21. बाळ माझ निजलेलं	42
22. प्रेमाचे गाव	43
23. अहंकार	45
24. प्रेम	47

अनुक्रमणिका

25. माणसा	50
26. सोबत	52
27. आयुष्य	53
28. करोना	54
29. कॉलेज	56
30. बाळ	60
31. शिवस्वप्न.	62
32. गोंडस	64
33. शाळा.	66
34. आई	68
35. स्वाभिमान	70
36. पहाट	72
37. स्पंदन	74
38. अंतर	76
39. छावा	78
40. रावण	81
41. दारू	84
42. मामाच्या गावाला जाऊया.	85
43. सांजवेळी	86
44. भाऊ	88
45. सांग ना रे मना.	90
46. अभिमन्यु	92
47. आजार	95
48. बाकी सारं आयुष्य पडलयं.	97

अनुक्रमणिका

49. बाप	99
50. तु आणि मी	101
51. संघर्ष	102
52. शेतकरी	103
53. अरे माणसा माणसा	105
54. प्रेम असावे प्रेमासारखे	107
55. अंधार	108
56. एक होते सुंदर	110
57. पाहिलयं	111
58. आठवते का गं आई?	113
59. व्हॅलंटाईन	115
60. शिकवण करोणाची.	118
61. असे का व्हावे?	121
62. आधुरी कहानी	122
63. कळत नाही मला	124
64. गुज अंतरीचे	125
65. विटंबना	127
आभार	131

1. मन सैरवैर व्हावे..

जैसा उडे उत्तुंग,
तो कागदाचा पतंग,
होवूनी तैसे दंग,
मन सैरवैर व्हावे..

जरी आला जवळ काळ,
तरी व्हावे श्रावणबाळ,
हाती घेवूनी वास्त्यल्याची माळ,
आई- वडिलांशी त्या जपावे..

वधूनी रावणाला,
सितेला सोडवावे,
देवूनी वस्त्र द्रोपदीला,
कृष्णमय व्हावे..

घेऊनी हात कर्णाचे,
दान गरीबाशी करावे,
हाती धरूनी धनुष्य अर्जुनाचा,
शत्रूला नमवावे..

बंधूप्रेम घेवूनी लक्ष्मणाचे,
रामास साथ द्यावी,
त्यागूनी राज्य अयोध्येचे,
वाट वनाची धरावी..

बापाच्या इच्छेपोटी,
राज्य त्यागूनी भिष्म व्हावे,
आर्शिवाद घेवूनी इच्छामरणाचा,
धन्य धन्य व्हावे..

स्पंदन

ठेवूनी मनी विवेक,
विवेकानंद व्हावे,
मारुनी प्रयत्नांची गाठ शेंडीला,
आचार्य चाणक्य व्हावे..

        त्या उंच आकाशाला,
        काखेमध्ये धरावे,
        मारुनी उंच भरारी,
        पाय भूमीवरी रहावे..

होवुनी भृंगराज,
त्या कमळावरी फिरावे,
राहुन गर्त चिखलात,
लोकप्रिय व्हावे..

2. तू चाल गड्या त्या क्षितिजाकडे

चालून चालून थकलास तरी,
ध्येय मात्र विसरू नकोस,
तू चाल गड्या त्या क्षितिजाकडे,
वाट कुणाची बघू नकोस...

आयुष्यात दुःखे येतील फार,
ते तुला करू पाहतील ठार,
पण मानू नकोस हार,
कर त्यांचा तू प्रतिकार,
आव्हानांना तोंड देताना हार मात्र मानू नकोस,
तू चाल गड्या त्या क्षितिजाकडे,
वाट कुणाची बघू नकोस...

होऊ नकोस द्वेषाचा कर्ण,
तुझा वापर करणारे कैक मिळतील तुला दूर्योधन,
अन्यायाविरुद्ध पेटून उठणारा हो तू अर्जुन,
तुझ्या रथाचे सारथ्य स्वःता करील श्रीकृष्ण,
काम,क्रोध,मद,मत्सर या अग्नित पेटू नकोस,
तू चाल गड्या त्या क्षितिजाकडे,
वाट कुणाची बघू नकोस...

आयुष्यात संधी येतील फार,
ठोठावतील तुझे दार,
संधीचा दरवाजा नेहमीच उघडा असू दे,
आलेली संधी ही लाख मोलाची आहे याची जान असू दे,
गेलेली संधी पुन्हा येईल हा भ्रम करू नकोस,
तू चाल गड्या त्या क्षितिजाकडे,

वाट कुणाची बघू नकोस...

वाट दाखवतील लोक तूला हजार,

पण साथ मात्र कुणी देणार नाही,

वाटेने दुसऱ्यांच्या जाताना,

तुला तुझे सामर्थ्य कळणार नाही,

आस्तित्व कर निर्माण स्वतःचे असा खचून जाऊ नकोस,

तू चाल गड्या त्या क्षितिजाकडे,

वाट कुणाची बघू नकोस...

चालून चालून थकलास तरी,

ध्येय मात्र विसरू नकोस,

तू चाल गड्या त्या क्षितिजाकडे,

वाट कुणाची बघू नकोस...!!

3. सांग तू मला

रूप तुझे हे सुंदर देखणे,
नजर खिळते तुझ्यावरी,
सांग तू मला आहेस खरी,
की कुणी स्वप्नपरी ?

केस तुझे गर्द काळे,
मंद उडे वाऱ्यावरी,
नेत्र तुझे चित्त चकोर,
नजर तुझी जादूभरी,
सांग तू मला आहेस खरी,
की कुणी स्वप्नपरी?

ओठ गुलाबी तुझे,
खळखळ हास्य त्यावरी,
दंत तुझे हे शुभ्र धवल,
पंक्तीतल्या त्या हंसापरी,
सांग तू मला आहेस खरी,
की कुणी स्वप्नपरी?

स्वर तुझा मनमोहक,
बासरी वाजवितो जैसे श्रीहरी,
मन माझे फुलून उठते,
पडता तो कर्णावरी,
सांग तू मला आहेस खरी,
की कुणी स्वप्नपरी?

रंग तुझा गोरा गोमटा,
गौतमाच्या त्या अहिल्येपरी,
इंद्र,चंद्र हि भाळले असतील,

स्पंदन

तुझ्या ह्या रुपावरी,
सांग तू मला आहेस खरी,
की कुणी स्वप्नपरी?

आठवण येते तूझी,
जैसे श्रावणातल्या सरी,
हृदयात माझ्या तू रहावे,
धडधडत्या स्पंदनांपरी,
सांग तू मला आहेस खरी,
की कुणी स्वप्नपरी?

4. ताई

देवाने करुणेचे,ममतेचे,
वास्तल्याचे रूप बनवलेय आई.
त्याच रुपाची एक सावली असते,
ती म्हणजेच ताई.

　　　　लहानपणी आपल्याला,
　　　　चालायच शिकवते आई,
　　　पण पडल्यावर पुन्हा पुन्हा धावत येते,
　　　　　ती असते ताई.

निर्मळ,निरागस प्रेम करते,
ती असते आई,
पण प्रेम काय असते,
ते शिकवणारी असते ताई.

　　　　शरिराला ठेच लागताच,
　　　　तोंडातून शब्द फुटतो आई,
　　　पण मनाला जखम झाल्यास वाटते,
　　　　खरंच जवळ हवी होती ताई.

जसे कृष्णाला द्रोपदी,
श्रावणाला आई,
वारकऱ्यांना आवडते विठ्ठल रखुमाई,
तशीच मलाही प्रिय आहे माझी ताई.

5. शिवबा

आई होती जिजाऊ,
पिता शहाजीराजे,
शिवनेरी जन्मले होते,
शिवाजीराजे माझे.

शत्रू होते सज्ज,
लुटले त्यांनी राज्य,
पण करूनी गणिमी कावा,
शिवबाने उभे केले स्वराज्य.

अंगी होते बालपण,
पण डोक्यात शहाणपण,
करुनी शंभूशी नमन,
घेतली स्वराज्याची आण.

वय वर्ष होते सोळा,
करूनी मावळे गोळा,
उडवुनी शत्रुंचा धुराळा,
प्रथम केला तोरण्यावरी सोहळा.

बादशहाच्या आग्रहापरी,
गेले त्याच्या दरबारी,
अपमान होता क्षणभरी,
दिल्या त्याच्याही हातावर तूरी .

खान एक स्वतःला समजे धीट,
राहिला लाल किल्ली थेट,
गमवून हाताची तीन बोट,
रात्रीच वाट धरली त्याने परतीची निट.

उचलोनी पैजेचा विडा,
अफझलखानाने दिला वेढा,
शिकविला त्यास शिवबाने ऐसा धडा,
साक्ष देती अजूनही प्रतापगडच्या कडा.

आली मंदीची जेव्हा लाट,
तेव्हा धरली सुरतेची वाट,
सोन हिरे माणिकांची भरूनी मोट,
आणली स्वराज्यात थेट.

शत्रूला कठोर शिक्षा,
पण भिक्षूकाला दिली भिक्षा,
करून आई बहिणींचा सन्मान,
किर्ती वाढवली चार दिशा.

कृष्णा सारखे होते ज्ञान,
केले अर्जुना समान शत्रुंचे शिरसंधान,
शौर्या पुढे शिवरांयाच्या शेवटी,
शत्रुनेही झुकवली मान.

6. पाऊस

धरणी मातेला जेव्हा,
लागली तहान,
जाग आली वरुणाला,
झाले पावसाचे आगमन.

गार वारा जोराने,
लागला भिरभिरू,
सळसळ पाणांची
पुन्हा झाली सुरू.

नद्या, नाले, झऱ्यांनी,
भरीयेली ओटी,
नवनवीन बिजांकूरांनी,
घेतला जन्म धरणी पोटी.

ओसाड माळरान,
पुन्हा बहरले,
बघूनिया ऐसे रूप,
अंग शाहरले.

शेतातून बळीराजाच्या,
झाले नांगर सुरू,
मनाची जखम त्याच्या,
आता लागलीया भरू.

झाडांना पालवी,
लागलीया फुटू,
धरणीमाता जणू,
लागली हिरवी वस्त्रे नेसू.

• 10 •

डॉ. सुरेंद्र लभडे

गाई गुरे पक्ष्यांना,
लागला चारापाणी मिळू,
सृष्टीचा संसार,
झाला आनंदात सुरू.

7. माणुस

सृष्टी बनवूनी देवा तू,
लावले माणसास वेडं,
सुटता सुटेना त्याला,
आयुष्याचं हे कोडं.

बालपणी पडतात,
स्वप्न तारुण्याचे,
तारुण्यात मात्र लागतात,
डोहाळे बालपणीचे.

स्वप्न बघूनी आशेचे,
निराशाच हाती येते,
सुखाच्या वाटेला,
वळण दुखाचेच येते.

सुखाचा त्याला,
वाटे फार हेवा,
दुखः येताच टाहो ,
आयुष्य नको रे देवा .

आप्त स्वकीयांचा,
वाटे त्यासी लळा,
आनंदात मात्र असती,
त्याच्यांच पोटात कळा.

जीवनाच्या भोवऱ्यात,
अडकूनी असा पडे,
जलावाचून मछली,
जशी आंक्रदून तडफडे.

डॉ. सुरेंद्र लभडे

सतीरीतही म्हणतो,
अजून जगूदे थोडं,
शंभरी ओलांडूनही देवा,
का रडत स्मशानात मड?

8. विनवणी

बस कर देवा आता,
ऐक सृष्टीची करुणवाणी,
पोट भरले धरणी मातेचे,
मुखावाटे आले पाणी.

नसे काही निवारा,
बघ ते पशू-पक्षी केविलवाणी,
माथी आभाळ पायी धरणी,
अंगावरती पाणीच पाणी.

सोसला नाही पाऊस,
वासरू मेलं माळराणी,
हंबरडा फोडला गाईने,
शोधी बाळा राणोरानी.

घरटी भिजली चिमण्यांची,
मिळेना पिलांना चारापाणी,
कशी रे बघवते देवा तुला,
पशूंची अशी आणीबाणी.

रापली पिकं शेतामधी,
बळीराजाच्या नयनी पाणी,
घास त्याचा मुखात जाता,
का असा तु घेतला काढूनी.

होऊदे आता शेतं कोरडे,
वाहून जाऊदे सारं पाणी,
अंकुर फुटूदे पुन्हा नव्याने,
कळ्या उमलुदे माळरानी.

• 14 •

डॉ. सुरेंद्र लभडे

थांबव देवा अतिवृष्टी,
हात जोडूनी सांगे सृष्टी,
ठेव आम्हावरी कृपादृष्टी,
करू नकोस आम्हा कष्टी.

9. सागरा

कल्पनांची भरती आली सागराच्या किनाऱ्यावर,
विचारांच्या लाटा उसळल्या हळव्याश्या मणावर.
माड कसे हे शोभून दिसती तुझ्या ह्या काठावर,
सुंदर शिंपले चमकू लागतात असता भानू माथ्यावर.
पुणवेचे चांदणे दिसे फेसाळलेल्या लाटांवर,
सुवर्णाची शोभा उमटे असता सूर्य अस्तावर.
अनेक असती जीव जंतू जलचर तुझ्या पोटात,
व्याधी कशी न होई तुला नेहमीच असतो थाटात.
कोळ्यांना तू पुरवी मत्स्य धरतीला पाणी,
धावूनी जातो क्षणात तू ऐकता वरुणाची वाणी.
अद्भूत तुझे हे सामर्थ्य सागरा अमाप सारे पाणी,
कापू लागे धरणी थरथर जेव्हा येई त्सुनामी.
अफाट तुझे हे रूप बघून विचार माझ्या आला ध्यानी,
आचमन तुझे करू शकणारा खरंच का अगस्त्य मुनी.

10. बालपण

दुड्दुडू ते धावे,
इवले पाऊल अंगणी,
मजा किती होती,
आपुल्या त्या बालपणी.

विटी दांडू आणि चेंडू,
असे हीच खेळणी,
खेळलेला लपंडाव तो,
आठवे आता क्षणोक्षणी.

सुंदरश्या फुलपाखरासवे,
पळे संवगडी राणोरानी,
हाती न लागे इवलाश्या त्या,
खेद नसे परी मनी.

डोक्यात टोपी हातात काठी,
घेऊन बने पुलिस कुणी,
चोराने बघता त्यासी,
लटकेच पळे त्याक्षणी.

मोडके अक्षरे जुळू लागता,
आनंद होतसे मनी,
कुरवाळी हात माऊलीचे,
वदे बाळ माझा गुणी.

भातुकलीचा खेळ चाले,
छोटेसे ते राजा राणी,
हळवा भाव अधूरा डाव,
आनंदाश्रु सदा नयनी.

स्पंदन

संपूण गेली भातुकली,
एकटे पडले राजा राणी,
ओस पडली मिठी मायेची,
तारुण्याची ही कर्म कहाणी.

विरून गेले आश्रू आता,
भाव सारे गेले मरुनी,
राहून गेल्या फक्त मागे,
बालपणीच्या त्या आठवणी.

11. राजकारण

नसता काही कारण,
होई विवाद विनाकारण,
येई जनतेचे त्यात मरण,
नाव याचे राजकारण.

पाच वर्षाने वारी याची,
पुन्हा पुन्हा येत असते,
हात जोडूनी स्वारी आपल्या,
दारा पुढे उभी असते.

द्या मत आम्हाला,
त्यातच तुमचं शाहणपण,
येता सत्ता आमची,
तुमच्यासाठी कायपण.

तुम्हीच आमचे मायबाप,
अवलंबून तुमच्या मतावर,
गोड बालूनी तुरी दिल्या जाई,
पैसे घेणाऱ्या हातावर.

गोड बोलूनी खोड मोडणे
ब्रिदवाक्य हे असते भारी,
निरोगी आच्छादनाखाली,
दडलेली असते महामारी.

सत्ता येता हाती,
जीभल्या हे लागती चाटू,
संकटग्रस्त बळीराजाचे देखील,
प्राण हे पाहती घोटू.

• 19 •

आवाज ते दाबले जातात,
पिडिताच्या घशात,
चोर पोलिस खेळ चाले,
सदैव हा खिशात.

व्हा शहाने मित्रांनो,
असुद्या ताठ आपुली मान,
थोड्याश्या त्या पैशा खातीर,
विकू नका ईमान.

12. देवा

ह्या जगतात दुःख किती रे,
परी नसे कुणाला हेवा,
आयुष्याच्या ह्या सर्कसमधे,
जोकर झालो देवा.

संकटाची ती रांग,
जमली आजूबाजू सारी,
रुप अनोखे बघून त्यांचे,
सुख परतले माघारी.

दुःखाच्या टाळ्या वाजल्या,
आवाज झाला गगनभरी,
गहीवरून आले मन माझे,
परी हसू ठेवले ओठांवरी.

जपावे किती लोकांचे,
बदलणारे मन तरी,
कामापुरता असे मामा,
हीच जगाची रीत खरी.

कसे रे द्वंद्व हे सारे,
अशी कशी दुनियादारी,
नसे आपुलकी जिव्हाळा,
निंदकाचे घर असे शेजारी.

ऐकता असी करुणवाणी,
आले देवाच्या नयनी पाणी,
ऐक वस्ता वदली वाणी,
या खेळात नाही दोषी कुणी.

नांदावे सुखाने सारे,
ध्यास माझा हा होता मनी.
शोधूनी सापडेना मला,
स्वार्थ त्यांच्यात भरला कुणी.

दुर्लक्ष्य कर दुष्कृत्य जगाचे,
असु दे मनी भाव,
निष्पाप असू दे मनमंदिर तुझे,
पैलतीरा नेईल तुझी नावं.

13. स्वप्न

पशुपक्षी गाणं गाऊ लागले,
बाळ मात्र माझ रडू लागले,
पुसता कारण अश्रुंचे,
गळी पडून ते बोलू लागले.

स्वप्नी एक बाई आली धावून,
भितीची भरती सोबत घेऊन,
काळजात माझ्या चर्र व्हावे,
कर्णी ऐसी गेली बोलून.

न जावे तू घरी,
उंबरठ्याशी असूदे दूरी,
ऐक माझे एवढेतरी,
नाहीतर दुर्भाग्य येईन पोरी.

ऐकून मला तिची वाणी,
नयनी माझ्या आले पाणी,
घरात होती माय माझी,
तिच्यासाठी मी गेले धाऊनी.

पाऊल माझे पडता दारी,
चेटकेनीची आली स्वारी,
द्वेषात धावली अंगावरी,
मिटले डोळे मी क्षणभरी.

नेत्र मिटले अंग भरथरले,
भितीने काळजाचे झाले पाणी,
आंक्रदूंनी मी हाक फोडली,
वाचवा वदली माझी वाणी.

ऐकता बाळाची करुणवाणी,
गेलो बाळा जवळ धावूनी,
कवेत घेऊनी बाळाला,
शांत केले त्याचक्षणी.

बाळाच्या वदलो काणी,
चेटूक चेटकीन नसते कुणी,
बाळ तु माझे गुणी,
भिती ठेऊ नकोस मणी.

देऊ नये अश्रुंना थारा,
आनंदअंश्रुचा असावा निवारा,
नाहीसा होई भूतप्रेतांचा दरारा,
धीर मणी असता सारा.

ओठ खुलले नेत्र उघडले,
खळी उमलली गालावर,
अंधार भितीचा नाहीसा झाला,
आनंद प्रकाशाला बाळावर.

14. जीवन

मी रडत होतो,
आईची साथ होती,
उघडले इवलेसे नेत्र,
ती जिवनाची प्रभात होती.

घेवून कुशीत मला,
ती मुख न्याहाळत होती,
ओले तिचेही डोळे,
परी अश्रू माझे पुसत होती.

चालू लागलो दुडू दुडु,
मायेचा हात हाती होता,
बाबांचा आधार सोबती,
सहवास हवासा होता.

तरुणाईची चाहूल होती,
तो नवा उमंग होता,
मित्रांची साथ होती,
प्रवास सुखाचा होता.

बघितलेली स्वप्ने आता,
साकार होत होती,
जीवनाची मूर्ती माझ्या,
आकार घेत होती.

ना आईची साथ होती,
ना बाबांचा आधार होता,
तारुण्याच्या ह्या घाटात,
बालपणीचा मार्ग संपला होता.

• 25 •

जिवणाच्या ह्या संग्रामात,
संकटांची तलवार धारधार होती,
झालो नाही घायाळ,
सोबत अनुभवांची ढाल होती.

युद्ध संपले होते,
अंग थकले होते,
अंधुकश्या नजरेमागे,
तारुण्य संपले होते.

आजोबा आजोबा शब्द,
नातवंडांचा ऐकू येत होता,
जिवनाच्या सिनेमात माझा,
बाबांचा अभिनय संपला होता.

एकटे पडलो होतो,
परिवार दूर होता,
घायाळ पक्षाचा हा जीव,
पिल्लांना भेटण्यास आतूर होता.

जीव कासावीस झाला होता,
शरीर मूर्च्छित झाले होते,
उडाले प्राण प्राखरू माझे,
जिवन प्रवास थांबला होता.

लोक जमले होते,
काहूर झाले होते,
लटकेच अश्रू त्यांच्या नेत्री,
मि जवळून पाहिले होते.

खूप चांगला होता,
आप्तस्वकिय बोलत होते,
घाईने तेच मला,
स्मशानात नेत होते.

• 26 •

दूर उभा होतो,
डोळ्यांत पाणी आले होते,
काळजाचा तुकडा समजलो ज्यांना,
तेच मला जाळत होते.

आग लावून शरिराला,
निघून सारेच गेले होते,
राहिलो होतो एकटाच,
आयुष्य जळून राख झाले होते.

राखेतही कुणी एक त्या,
हात फिरवत होते,
लागले सुवर्ण हाती थोडे,
गाली हसू त्याच्या होते.

कुणाच्यातरी जाण्याने,
कुणाला आनंद होत होता,
शेवटी काहीच उरत नाही,
हाडांचा सांगडा सांगत होता.

माझ्याकडे बघून,
स्मशानभूमी सांगत होती,
कुण्या एके काळी,
इथेही बाग होती.

आनंदाश्रू आटले नभीचे,
हासू ओठीचे संपले होते,
बहरण्याची जिद्द सोडली जेव्हा,
स्मशानात रुंपातर झाले होते.

दुख विरले अश्रू आटले,
जगण्याचे कळले होते,
स्मित हसू आले गाली,
पण आयुष्य संपले होते.

15. वीर छत्रपती संभाजीराजे पोवाडा

ओम नमो श्री जगदंबे,
नमन तुज अंबे,
करून प्रारंभे,
डफावर थाप तुनतुन्याचा॥२॥
शाहीर हा महाराष्ट्राचा प्राण ॥२॥
शिवशंभूच गातो गुनगान जी जी जी जी जी जी !
सूर्य किरणं पडली धरती,
पाखरं माळरानावरी भिरभिरती,
ती प्रांतसकाळ होती,
त्या संगमेश्वर तिरावरती,
कारभारी मग्न शंभू छत्रपती,
दिन दिन आवाज पडला काणावरती,
क्षणात सावरली ती मूर्ती,
हाती तलवार तळपती,
नजर रोखूनी गनिमावरती,
वार सपासप ते करती,
थराथरा कापू लागली धरती,
बघून शंभूराजाची ख्याती रे जी रहो जी जी जी जी...!
आजूबाजू मावळे सारे बोलावले,
मार्ग ज्याचे त्याला सूचविले,
भेटू रायगडा वदले,
वेषांतर शंभू राजाने केले,
कवी कलश होते सोबतीले,
मुकर्रब खानाने वेढले,

गणोजी शिर्के खानाचे चेले,
तो बघा संभाजी वदले,
खानाचे डोळे विस्फारले,
समोर रूप गोमटे भस्म आच्छादिले,
नजर करडी पाय रोवलेले,
"ये अल्ला ये तो सचमुच छावा हे" खान बोले, रे जी रहो जी जी जी जी...!
होता विलंब क्षणभरी,
शंभू घेईल गरुडभरारी,
भिती वाटे खानाच्या उरी,
काढल्या गनिमांनी समशेरी,
ठेवल्या राजांच्या मानेवरी,
पिंजऱ्यात अडकला स्वराज्याचा हरी,
काळ विपरीत करणी करी,
टाहो फोडून रडे गावकरी,
वाचवा म्हणे हो कुणीतरी,
नेऊ नका आमचा कैवारी हो जी र हो जी जी जी
भगवा काढून हिरवा चढविला,
भुवया ठेवल्या नाही डोळ्याला,
चेहरा राजांचा विद्रुप केला,
बंदी केले कवि कलशाला,
शिवबाचा छावा होता पकडला,
कळू दिले नाही कुणाला,
सोडले संगमेश्वरतीराला,
आनंद झाला तो खानाला,
शब्बासकी देऊन गणोजीला,
खान तोऱ्यात तो चालला,
घेवूनी शंभू राजाला,
तो आला बहादुदुर गडाला हो जी रहो जी जी जी जी...!

स्पंदन

समोर बघून शंभूराजाला,
खडबडून औरंग जागा झाला,
साक्षात बघून मरणाला,
मुघल पुरेपूर तो भ्याला,
कळू न देता कवणाला,
बसला तो आसनाला,
बघू लागला तो राजाला,
दुसरा शिवबा वाटे मनाला,
आठ वर्षे लावली पणाला,
तेव्हा पावलो अनमोल धनाला,
बंदि करा काफराला,
सांगे औरंग सैनिकाला रे जी रहो जी जी जी जी...!
औरंग बोले राजाला,
स्वराज्य तुझे दे मला,
जीवनदान देतो तुला,
क्रोधाने शंभू गरजला,
मराठा भित नाही मरणाला,
स्वराज्यासाठी त्यागू प्राणाला,
त्याची फिकीर नाही आम्हाला,
तुझी भिक नको रे मला,
संभाळून बोल औकातीला,
हाती दे तलवारीला,
इथेच उभा चिरतो तुला,
थरकाप सुटला औरंगाला रे जी र हो जी जी जी
गप्प करा रे संभाला,
शब्द जणू विषाचा प्याला,
नजर जाळी याची अंगाला,
तापत्या सळाया लावा डोळ्याला,
आज्ञा होताच सेवकाला,

• 30 •

डॉ. सुरेंद्र लभडे

हात घाली तो सळईला,
जय भवानी शब्द तोंडाला,
राजांचा नेत्रदीप मावळला,
थरथर मुघल कापे अंगाला,
परी न डगमगे शिवाचा छावा रे जी रहो जी जी जी जी
औरंग धृत कपटी तो फार,
वाटे त्यासी शंभूने मानावी हार,
होता शिवबाचा तो पोर,
अंगी जिजाऊचे संस्कार,
स्वराज्याचा पालनहार,
गनिमांचा केला संहार,
मृत्यु कापे त्यापुढे थरथर,
तो काय औरंग्याला भिनार,
औरंगांने ओळखलं सारं,
पोरं शिवबाचा निर्भीड फार,
संभा मानणार नाही हार,
या अल्ला करून काहूर,
म्हणे करा शंभूला ठार,
शिवा सारखा होईल पसार हो जी रहो जी जी जी जी
त्या भिमेच्या तिरेला,
विर संभाजी बांधियेला,
डोळे नव्हते खोपणीला,
झुकविले नाही माणेला,
विसरला नाही मराठी बाण्याला,
जय भवानी शब्द वाणीला,
हसत मृत्यूला सामोरा गेला,
गहीवर दाटे भिमेला,
स्वराज्याचा प्राण गेला,
हळहळ वाटे औरंगाला,

स्पंदन

वीर पुत्र होता शिवबाला,
असा पुत्र असता जर मला,
धन्य समजलो असतो स्वताला रे जी रहो जी जी जी जी..

16. विरह.

पाणावले डोळे,
ओघळले आसू,
विचारी ते हृदयाला,
दुःख तुझे कसे सोसू?

　　　　　हळवे ते हृदय,
　　　　　बोले दुख माझे नको सोसू,
　　　　　त्रास माझा ऐकूनिया,
　　　　　आटतिल तुझे आसू.

जाते कुणी दूर,
तेव्हा का लागतोस धडधडू?
जलावाचून मछली,
जशी लागे तडफडू.

　　　　　बघितलेला तु मुखडा,
　　　　　आहे माझाच तुकडा,
　　　　　विरह त्याचा मला सतावतो,
　　　　　ओल्या होती तुझ्या कडा.

दुःख जर हे एवढे,
तर का धरावी त्याची आस?
स्वतःच्याच हाताने,
का लावावा गळफास?

　　　　　हृदय म्हणतात मला,
　　　　　प्रेमाचे मी असे गाव,
　　　　　वास्तव्य माझ्यात केलेल्याच,
　　　　　विसरत नाही मी कधी नाव.

जागा देतोस कुणाला,
तेव्हा ठेवतो ओठांवर हसू,
विरह त्याचा जेव्हा,
तेव्हा माझ्याच जागी आसू.

बोलतात जेव्हा ओठ,
नसते आश्रूंना काही वाव,
ठेच लागताच मला,
घेतो तुझ्याकडे धाव.

लावतोस किती जीव,
मग का खेळतोस लपंडाव?
व्यक्त कर प्रेम तुझे,
उमलुदे मनातील भाव.

मन कोडं आहे मोठं,
सोडविता सुटवेना,
शब्द झाले खूप जड,
ओठांना ते उचलेना.

हृदयाची धडपड,
आता नेत्रांना बघवेना,
केला आश्रुंचा अभिषेक,
दुःख त्याचे सोसवेना.

17. मना

सुखी असावे नेहमी,
सुख आनंदाचा मेळा,
मनी चैतन्याचे आच्छादन,
असे शांतीचा सोहळा.

होऊ नये कधी दुःखी,
दुःख मनाला जाळतं,
चिंतेचा तो पहारेकरी,
त्याची असे मनावं पाळतं.

कष्टी करू नये कुणा,
दुःख देणे असे गुन्हा,
अहंकार नसावा मना,
माणुसकीतच असे देवपणा.

प्रसन्न असावे मन,
तेच अनमोल धन,
विसरून जावे मीपण,
नियतीचा जाणता असे कोण?

नियती काळाची काया,
तोडून टाकते मोहमाया,
वाईट वृत्ती ठेउनीया,
घालू नको जन्म वाया.

संकटांना कर दूर,
काळावर मात कर,
विश्वास ठेव स्वतावर,
नष्ट होईल दुख सारं.

• 35 •

सुखाची येउन भरती,
प्रसन्नतेचा येईल पूर,
तारा तुटून दुःखाच्या,
लागेल आनंदाचा सूर.

18. हृदयस्पर्श

मन माझे होते स्वच्छंदी,
निरागस हास्य होते ओठांवरी,
स्वप्नकळी उमलली खरी,
जेव्हा आयुष्यात आली परी.

      प्रेमात रंगलो श्वासात गुंतलो,
      मनाने मोहरलो शब्दाने शहारलो,
      दुर त्या प्रेमाच्या बागेत,
      फुलाप्रमाणे बहारलो.

प्रेम ती इतके करी,
दोघांत उरली नाही दरी,
चाहूल तीची लागली जरी,
धडधडू लागे माझ्या उरी.

      दुनियेत त्या प्रेमाच्या,
      एकमेकांस वचन दिले,
      सोबत राहू अखेरपर्यंत,
      अर्थिवरही असतील दोन फुले.

दिवसांमागून दिवस गेले,
वर्षानेही ओलांडली वाट,
नजर लागली एकाची,
अवघड पुढे लागला घाट.

      ओलांडताने तो अवघड घाट,
      प्रेमाची पुरती लागली वाट,
      मांडला होता जो सगळा थाट,
      ओसरली ती आनंदाची पहाट.

स्पंदन

स्वछंदी मन दुखी जाहले,
दुःख दाटून आले उरी,
आभास होती ती स्वप्नपरी,
नव्हती कुणी ती खरी.

धागा तुटला मायेचा,
विश्वास उडाला प्रेमाचा,
राधेनेच विचार नाही केला,
प्रेम करणाऱ्या कृष्णाचा.

19. फक्त जग म्हणा.

'ओळखलत का तुम्ही मला' उन्हात आले कुणी?
अंग आहे तापलेले मिळेना कुठे पाणी.
आनंद आम्हा होतो फार पाऊस पडतो जेव्हा,
पंख फडकूनी तुषार उडवितो आम्ही पुन्हा पुन्हा.
घरटी आमची मोडून जाई घुसते त्यात पाणी,
जिद्दीने पुन्हा घरटी बांधतो हीच आमुची कहानी.
थंडी अशी धावूनी येते बसते अंगात जाऊनी,
काळीजही गोठून बसते स्पर्श तिचा जानूनी.
तिचाही आम्हा रोष नसतो जरी अश्रू जाती गोठूनी,
नजर सदा शोधत असते मार्ग मिळेल कुठूनी?
क्षणभर बसतो नंतर उडतो शोधतो चारा पाणी,
नदी नाले सर्व आटले पाण्याची आणीबाणी.
ऐकून पक्ष्यांची करुणवानी ओघळले डोळ्यांतून पाणी,
बघून दृश्य ते केविलवाणी पक्षी उडाले त्याचक्षणी,
अश्रू नकोत तुमचे जरा सहानुभूती दाखवा,
ठेवून पाणी ओसरीवरती जीव आमुचा वाचवा.
मोडून गेली घरटी तरी दुखवले नाही कुणा,
चोचीत देऊनी पाणी आमच्या नुसते जग म्हणा.

20. मोबाईल.

शब्द संपले संवाद थांबला विसरले सारे स्माईल,
पारावरच्या गप्पा सरल्या हातात आला मोबाईल.

पक्ष्यांचा तो किलबिलाट ऐकू यायचा रानात,
कोकीळेचा मधूर ध्वनी घर करायचा मनात,

आता सगळे सोबत असतानाही वाटे आहोत वनात,
हातात मोबाईल मान खाली इयरफोन असतात कानात.

आजीच्या गोष्टी संपल्या संपली आईची अंगाई,
फेसबुक वरील मित्र आता करू लागले दिरंगाई,

बांबानाही असते आता कामाची खूप घाई,
मुलापेक्षा मोबाईलडे लक्ष ठेवणारी झाली आई.

मामाचे पत्र हरवले,पुन्हा कधीना ते सापडले,
दिवाळीला मामा हल्ली मॅसेज आमंत्रण देऊ लागले.

कट्टा, चौक पाराची जागा अतिक्रमणात गेली,
फेसबुक वॉट्स अप ट्विटरने वस्ती आता तेथे केली.

मस्ती करणारे मित्र हल्ली ऑनलाईन दिसतात,
समोर भेटल्यावर मात्र बिजी फार असतात,

दोस्ता,संवगड्या,मित्रा ह्या शब्दांचा झाला ऱ्हास,

• 40 •

डॉ. सुरेंद्र लभडे

हाय,हैलो,हाऊ आर यू हेच शब्द झाले खास.

ग्रंथालयातील पुस्तके आता कपाटातच असतात बंद,
कारण हल्ली विवेकानंदाचा मोबाईल हाच झालाय छंद,

मोबाईल मधील लक्ष माणुसकीतही घाला,
भेटेल कुणी जो मित्र आपुलकीने बोला,

संवादानेच नाते होतात फार घट्ट,
अतिरेकाने मोबाईलच्या करू नका ती नष्ट.

21. बाळ माझ निजलेलं

सादं घालितात पक्षी,
सडा घालितसे आई,
सळसळ करितसे परसात अंबराई,
बाळ माझ निजलेलं जाग कशी त्याला नाही?
पहाटेचा तो सुगंध बघ परिजातकाची नवलाई,
गोठ्यात वासराला चाटितसे गायी,
अनमोल ती प्रित किती सुंदर ती आई,
बाळ माझं निजलेलं जाग त्याला कशी नाही?
सरसर पावसाची बघ माळराणावरी,
दवबिंदुचे ते हसणे गुलाबाच्या पाणावरी,
हवेचा हा झोतं गातो का गं अंगाई,
बाळ माझं निजलेलं जाग त्याला कशी नाही?
सुर्यकिरणे डोकावती बघ क्षितीजावरी,
घंटा वाजे मंदिराचा बोलवते पायरी,
पाखरे चालली दुर चारापाण्याची ती घाई,
बाळ माझं निजलेलं जाग त्याला कशी नाही?

22. प्रेमाचे गाव

चालत होतो वाटेत एकटा,
आनंदी असायचो घटकान घटका,
वाटेत प्रेमाचे गाव लागले,
मन माझे तिथे विसावले.

    आशेच्या वेली तिथे,
    विश्वासाचे त्यास कुंपण होते,
    आनंदाचा पडे सडा,
    गोड शब्दांचे तिथे सिंचन होते.

वास्तव्य सारे विसरून मी,
गावी त्या भ्रमलो होतो,
आठवेना मला कधी,
तिथे मी श्रमलो होतो,

    गोड शब्दांच्या मागे,
    कटू असत्य लपले होते,
    चाहूल त्याची लागताच मला,
    स्वप्न सारे आटले होते.

विश्वासाचे तुटले कुंपण,
हृदयात माझ्या झाले कंपन,
नयनी येते अश्रु माझ्या,
गावाची त्या येता आठवण.

    डोक्यात विचारांचे काहूर,
    डोळ्यांत मात्र पाणी होते,
    नाव ऐकताच प्रेमाचे,
    आता मला ग्लानी येते.

सत्याच्या तारेनेच,
विश्वासाचे बनते कुंपण,
असत्याच्या घावाने,
पुरते त्याचे होते खंडण,

असत्याचे वाहू लागले वारे,
प्रेम माझे संपले सारे,
देवा नको ते प्रेमाचे गाव,
सत्याला जिथे नाही ठाव,

खूप रडलो दुसऱ्यांसाठी,
दुःख सारं सोसू दे,
अंत नको पाहू देवा,
ओठांवर माझ्या हसू दे.

23. अहंकार

अनोखा रुबाबदार तो,
होता विष्णूचा दरबार,
जय विजय हे प्रमुख तिथे,
होते दोघे द्वारपाल.

येता जाता देवाला,
नमन असे ते करी,
आम्ही देवाचे द्वारपाल,
हा अहंकार त्यांच्या उरी.

ज्ञानी तपस्वी ब्राम्हणपुत्र,
एकदा आले दारी,
वदले घेऊद्या देवाचे दर्शन,
जाऊ आम्ही माघारी.

अंहकारी द्वारपाल ते,
हसून बोले तेव्हा,
आल्या पावली मागे जा,
भेटायचे धाडस करू नका पुन्हा.

अपमानाचे बोल त्यांचे,
खोलवर रुतले मनात,
कंमडलुतील पाणी त्यांनी,
हातात घेतले क्षणांत.

लाल भडक ते नयन त्यांचे,
वाचा लागली वदु,
घोर दानव व्हाल तुम्ही,

• 45 •

शाप देती साधू.

जमीन सरकली पायाखालची,
ऐकून ती वाणी,
अंधूक झाले नजरेपुढे,
आली त्यांना ग्लानी.

हात जोडूनी तपस्वींपुढे,
विनवणी लागले करु,
उश्शाप द्या आम्हाला,
विपरीत हे नका करू.

चुकीची होता जाणीव,
त्यांना झाला पश्चाताप,
विष्णूच उद्धारतील तुम्हा,
तपस्वी वदले उश्शाप.

जय विजय दानव झाले,
रावण कुंभकर्ण त्रेता युगी,
अभिमानी अंहकारी सत्ता ते भोगी,
सिता पळवली रामाची बनून त्याने जोगी.

सात्विक रामे युद्ध केले,
केला दोघांचा नाश,
दानव ते नष्ट केले,
झाला अहंकाराचा ऱ्हास.

रावण तो सांगून गेला,
करू नका सत्तेचा माज,
दुखावेल एखादा राम पुन्हा,
मोडेल तुमची खाज.

बलाढय कुंभकर्णाने शेवटी,
व्यक्त केला मनाचा भाव,
बुद्धी आपली गहान ठेऊनी,
करू नका बळाचा निलाव.

24. प्रेम

कुठे जुळेल हृदय,
नाही त्याचा नेम,
समजण्याच्या पल्ल्याड असे,
नाव त्याचे प्रेम.

नवखे ते रूप,
परी ओळख वाटे जुनी,
सात जन्मांच्या त्या गाठी,
जणु बांधल्यात कुणी.

सतर्क ती बुद्धी,
सुचविते मना,
हा खेळ नव्हे सोपा,
दाद देऊ नको कुणा.

बुद्धीचे ते सांगणे,
मना वाटतसे गुन्हा,
तोडून विचारांचे जाळे,
ते प्रेमाशी जुळे पुन्हा.

हवरे ते मन,
असते बरं किती स्वच्छंदी,
दुसऱ्याचं हृदय ते,
करी काळजात बंदी.

बेधुंद ते दोघेही,
रमतात प्रेमाच्या त्या गावी,
स्वप्नी राजा राणी,
असे ते भावी.

• 47 •

चेहरा सतत समोर,
गाली असे हसु,
नेहमीच वाटे राजाला,
राणीने नाही रुसु.

मन मंदिरात लागतसे,
प्रेम देवता ती वसु,
दुःख विरते मनीचे,
नयनी ते आनंदाश्रु.

जाऊ नये दुर,
प्रितीचे ते रूप,
व्याधी जुडे मना,
काळजी करी खूप.

काळजीचे होई,
प्रश्नांत रूपांतर,
प्रश्न नव्हे गुन्हा,
त्यात अंतरीचा स्वर.

संशयाचे वारे,
लागतात वाहू,
प्रेम निसटे मिठीतून,
थरथरतात बाहू.

बघितलेली स्वप्ने,
लागतात पुसु,
पाणावलेले नेत्र तेव्हा,
गाळतात आसु.

काळीज ते कसे,
लागतसे तुटू,
नात्याची ती रेत,
जेव्हा लागे हातातून सुटू.

• 48 •

डॉ. सुरेंद्र लभडे

तुटलेले मन देवा,
जुळावे ते पुन्हा,
राजा राणी व्हावे एक,
प्रेम वाटू नये गुन्हा.

25. माणसा

घे जाणून माणसा,
जगण्याची तु रीत रे !
ह्या जगात फक्त खरी,
माणुसकी ही प्रित रे !!

ज्ञानी हो माणसा तु,
तोड अज्ञानाची भिंत रे !
अजूनही पडे अंधश्रद्धेला बळी,
हीच जगाची खंत रे !!

अन्यायावर पेटून ऊठ,
शांत राहण्यास तु नाही संत रे !
गिता गाथा वाचून काढ,
होऊनीया पंत रे !!

अत्याचार होई महिलांवर,
जनतेत काम क्रोधाचा मावा रे !
रक्षण कर तु द्रोपदीचे,
वाजवून कृष्णाचा पावा रे !!

दुःखाला तु ग्रासून टाक,
वाघाचे तुझे दंत रे !
संकटांना सामोरे जा,
होऊन हनुमंत रे !!

परिस्थितीशी लढ असा,
करून गनिमी कावा रे !
शत्रुशी तु झुंज असा,
जसा शिवबाचा छावा रे !!

• 50 •

डॉ. सुरेंद्र लभडे

ज्ञानासाठी व्याकुळ हो,
गुरुजनांकडून घे भिक्ष रे !
बुद्धीचा तु सम्राट बन,
हो चाणक्याचा शिष्य रे !!

माझं माझं करू नकोस,
ही सर्व मोह माया रे !
क्षणांत जळून भस्म होशील,
क्षणभंगूर तुझी काया रे !!

26. सोबत

सोबतीने परिसाच्या लोहाचे,
क्षणांत होई सोनं,
धुळीच्या संपर्कात त्याचे,
निश्चित मातीमोल होनं.

पुण्यवान दानी तो,
होता शुर कर्ण,
आयुष्याची राख झाली,
मित्र केला दुर्याधन.

वाल्ह्याचा वाल्मिकी झाला,
सोबतीने राम नामाच्या,
रावणाचा अंत झाला,
संगतीने अहंकार कामाच्या.

असे महत्त्व सोबतीला,
आयुष्याच्या वाटेवर,
रावणाशी तुडवावे पायी,
राम असावा माथ्यावर.

दुष्ट नसावी सोबत,
लाचारीशी परके व्हावे,
अधर्माचा करून त्याग,
धर्माशी जुळते व्हावे.

संगतीने निरागस हस्याच्या,
आनंदाची करावी उधळण,
त्याग करून दुःखाचा,
सुखाचे ते आठवावे क्षण.

27. आयुष्य

आयुष्य म्हणजे नव्हे,
हा सोपा खेळ,
सुख दुखाचा इथे,
बसवावा लागतो मेळ.

दुख मनाचे लपवून,
गाली ठेवावे लागे हसु,
जखमा दिसताच लोका,
लागतात मीठ फासु.

संकटांचे इथे फार,
झेलावे लागतात वार,
आवंढा गिळून दुखाचा,
व्हावे लागतसे गप्पगार.

संभाळून मन सर्वांचे,
नात्यांची रचावी लागे भिंत,
आपलेच दुख देती,
मना वाटतसे खंत.

अपेक्षांचा घोटुन गळा,
स्वप्नांचा रचावा लागे मळा,
खेळ खेळू लागतात लोकं,
चेहरा दिसताच भोळा.

दुष्टांना देवा तु,
आता कर सावधान,
सद्बुद्धी देऊन त्यांसी,
दे माणुसकीचे वरदान.

• 53 •

28. करोना

आला अनोखा रोग तो,
करोना त्याचे नाव,
सुर्यकिरणांप्रमाणे पसरला,
उरले एक ना गाव.

सुटले कुणी ना त्याकडून,
सर्वांना असे ते ठाव,
उच्च निच जाती धर्म,
कुणी रंक असो वा राव.

कुणीच नसे कुणाचे,
मांडले त्याने ठोक,
आप्त स्वकिय सगे सोयरे,
नावापुरतेच असतात लोक,

पडली प्रेते रनोमाळी,
उचलण्याची ना होई हिम्मत,
शव आईचे उचलोनी घेती,
नगरपालिकेला देऊन किम्मत.

शहरे ती उजाड पडली,
ओसाड झाले चौक,
चिमुरडे मेली रस्त्यावरती,
आवरेना त्यांना भुक.

मुले घरातच बंद झाली,
होईना मस्करी तंटा,
कित्तेक दिवस लोटून गेले,
वाजेना शाळेची घंटा.

डॉ. सुरेंद्र लभडे

कामे सारी ठप्प झाले,
कारखाने पडली बंद,
थंडावले कणखर शरीर ते,
टिव्ही बघण्याचा जडला छंद.

नसेना गोळी औषध यावर,
निघेना प्रतिबंधात्मक लस,
उपाय यावर एकच फक्त,
घरातच गप्प बस.

बस कर देवा आता,
थांबव मनुष्याची जिवीतहानी,
हात जोडून आशेचा,
तुझ्याकडेच बघतात केविलवाणी.

29. कॉलेज

बारावीचा निकाल लागला,
झाले विचार सुरु,
काही केल्या समजेना,
करियर कशात करु?

झालो जर इंजीनिअर,
तर मिळेल का काही काम?
की बसावे लागेल घरीच,
डोक्याला लावून झेंडू बाम.

बि.ए करावं म्हंटल तर,
नातेवाईक फारचं कण्हं,
म्हणे शेण खाणं यालाच म्हणतात,
सायन्स घेऊन बि.ए. ला जाणं.

कॉमर्स घ्यावं म्हंटल तर,
जमेल का आपल्याला टॅली?
की आपला उपयोग तेव्हाच होईल,
जेव्हा निघेल रॅली.

राहिला होता कोर्स आता,
फक्त तो मेडीकल,
बरा आहे सांगत होते,
लोक आजकल.

नको ते बिए, नको ती टॅली,
नको ते मॅथ फॅक्टर,
विचार पक्का झाला होता,
आता बनायचे डॉक्टर.

• 56 •

डॉ. सुरेंद्र लभडे

विचार मांडला मित्राजवळ,
दोस्ता तुझं काय मत?
योग्य आहे भावा तुझं,
क्षणांत बोलला संकेत.

मणसेचा हा कार्यकर्ता,
राज साहेबांचा मोठा फॅन,
क्रिकेट आणि राजकारण सोडून,
याचे नसे कशातच ध्यान.

झाली तय्यारी मणाची,
वेळ न दवडला एक क्षण,
संगमनेरला जाऊन घेतले,
इथापे ला ॲडमिशन.

बघून मार्क माझे त्यांनी,
केले ॲडमिशन फिक्स,
असे वाटले जणू काही,
शेवटच्या चेंडुत मारला सिक्स.

जीवणात आयुष्याच्या जिथे,
मिळते जनरल नॉलेज,
अद्भुत ठिकाण असते ते,
नाव त्याचे कॉलेज.

कॉलेजचा तो पहिला दिवस,
झाले विद्यार्थी गोळा,
बसले बाकावर सारे,
उभा होता एक चेहरा भोळा.

आवाज दिला त्याला,
बघितले त्याने हसुन,
म्हंटल मुळव्याद नसेल तर,
लेक्चर कर बसुन.

• 57 •

बाकावरील जागेचं होते,
किती ते मोल,
मित्र झाला तेव्हापासून,
नाव त्याचे अमोल.

लेक्चरला हा हजर वेळेत,
पण शिकण्याकडे असे दुर्लक्ष,
वर्गातील हिरवळीकडे मात्र याचे,
असायचे फार लक्ष.

दुसरा झाला मित्र पुणेरी,
पण पोरींचा याला क्षय,
मातृप्रेमी होता खुप,
नाव त्याचे अक्षय.

वर्गात भितच येत असे,
पण भांडण याचे पानिपत,
मामाचा हा चेला होता,
नाव होते गणपत.

वर्षात दुसऱ्या गेल्यावर,
भेटला जंगली मिठ्ठू,
शिकण्यासाठी दुरून येई,
नाव त्याचे दत्तु.

त्याच वर्षी अजून एक,
भेटला विदर्भी किडा,
अनिल चिपडे आमदार तो,
होता प्रवास वेडा.

मित्र जिवलग मिळाले फार,
धुडकावून लावले अपयश हार,
जगणे वागणे आणि आनंदाचा,
मिळाला त्यांकडून उपहार.

डॉ. सुरेंद्र लभडे

पुस्तके वाचून विज्ञानाची,
झालो आम्ही डॉक्टर,
पण मित्रांच्या सहवासामुळे बनलो,
जीवणाच्या रंगभूमीचे एक्टर.

30. बाळ

इवलेसे डोळे त्याचे,
इवले इवले हात,
टकामका बघे कसे,
ते बाळ दिमाखात.

चालताना कसे ते,
पुन्हा पुन्हा पडे,
बघितले जर कुणी,
तर धुसुमुसु रडे.

हसण्याने त्याच्या पडे,
अंगणी आनंदाचे सडे,
आईचा हात पकडून,
उभे राहण्यास धडपडे.

बोबडे ते बोल,
बोले बाबा आई,
मोडके ते शब्द,
परी हृदयाचा ठाव घेई.

रात्री बघे आकाशात,
दावून नाजुक ते बोटं,
म्हणे आई कुणी लावले दिवे,
जाऊनीया तिथे थेटं.

चांदोबा का हो बाबा,
खरचं का माझा मामा?
वरती का तो लटकलेला,
त्याला खाली तरी आणा.

डॉ. सुरेंद्र लभडे

प्रश्न वाटे सोपे,
पण उत्तर अवघड असे,
कसे पडतात बरं प्रश्न,
उत्तर द्यावे तरी कसे.

व्हावे लागे लहान ,
त्या छोट्या बाळापरी,
भोपळ्यातील आजी देखील आता,
वाटू लागतसे खरी.

सुंदर किती ते बाळ,
छान किती त्याचे लहानपण,
खेळताना त्याच्या संगे,
आठवते बालपण.

31. शिवस्वप्न.

काल परवाच स्वप्नात माझ्या शिवाजीराजे आले,
बघून तप्त नेत्र त्यांचे मन माझे भ्याले. टेकूनी गुडघे नमवून मान हात पुढे मी केले,
नम्रतेने विचारले त्यांना राजे काय झाले?

रोखूनी नजर मजवरती वाचे ते वदले,
"काय विपरीत ऐकतो आम्ही जे काल घडले?,
घोटून गळा माणुसकीचा अत्याचाराने जग गांजले,
घेवूनी प्राण माझ्या लेकीचा तिला निर्दयी जाळले,
ऐकूनी ते कानी हृदय माझे हळहळले,

अरे ठेवला नव्हता मी दृष्ट,स्त्रीलंपट व्यभिचारी एक कुणी,
मिळत होता मान नारीला आई बहिण म्हणूनी,
जो कुणी करू बघे स्त्रीला त्रस्त,
मुळासकट आम्ही केले त्यास उद्ध्वस्त,

शत्रुच्याही मुलीचे आम्ही करत होतो रक्षण,
हेच होते माझे छत्रपती शासन. मर्द मराठ्या मावळ्यांनो कसा रे सोसवितो तुम्हासी हा गुन्हा,
शिरच्छेद करा असा की असे घडणार नाही कधी पुन्हा.
ऐकूनी शिवबाची ख्याती,
धडधडली माझी छाती,
करूनी नमन वंदूनी चरण दिले वचन राजाशी,
करू आम्ही काळावरी मात,दुष्टांचा करू घात,सुखी ठेऊ राज्य,
नव्याने उभे करू पुन्हा आपुले स्वराज्य.

डॉ. सुरेंद्र लभडे

ऐकता ऐशा वचनाशी धरले मज छातीशी,
ठेवला मस्तकी वरदहस्त,
अंगी विज संचरली, बाहू थरथरले, उरली नाही भितीला वाव,
फुटले शब्द मुखावाटे हर हर महादेव.

32. गोंडस

उमलुनीया कळी
जसे फुल फुलते,
हसल्यावरी बाळ माझे,
तसे छान दिसते

पापणीआड डोळे त्याचे,
जसे शिंपल्यातील मोती.
लागताच ठेच ते
ओलेचिंब होती.

करुणेची वाणी ती,
किती मधूर बोलते,
वीणेचा ध्वनी जणू,
बासरी कृष्णाची वाजते.

इवलेसे पाय त्याचे,
मऊ मखमली समान,
चाले दुडुदुडू किती,
पायी घेई आसमान.

आहे किती ते गोड,
परी तितकेचं हट्टी,
रागवले लटकेच,
तरी घेतसे कट्टी.

बघुन त्याची कांती,
मना मिळतसे शांती.
किती कोमल काया ती,
मना पडतसे भ्रांती.

डॉ. सुरेंद्र लभडे

गोंडस चेहरा तो,
खळी खुले आनंदाची,
खळखळून कसे ते,
मजा लुटे जीवनाची.

33. शाळा.

लहानपणी मला फार,
होता जिचा लळा,
नदिकिणारी होती ती,
वसलेली माझी शाळा.

प्रांगणात विद्यार्थी,
सकाळीच होई गोळा,
हात जोडुनी चाले तो,
प्राथनेचा सोहळा.

उभा राहे तो जागेवर,
जो असे गैरहजर,
बाकीचे आनंदाने बसे,
त्या सारवलेल्या भुईवर.

घरी राहून शाळेला,
मारायचे जे दांडी,
कान पिळून गुरुजी,
ओढायचे त्यांची शेंडी.

वर्ग असे तो,
दंगामस्तीचाच प्रांत,
शिक्षक येताचं मात्र,
सगळे होई शांत.

सरांची जेव्हा चाले,
छमछम छडी,
तोंडावर जायचे बोट,
व्हायची हाताची घडी.

• 66 •

डॉ. सुरेंद्र लभडे

शिक्षक होते कठोर,
पण मवाळ त्यांची वाणी,
छडीत होते सामर्थ्य त्यांच्या,
बदलविण्या सर्वांची कहाणी.

कुणी होते हुशार,
कुणी होते मठ्ठ,
चेहरे होते ते अनेक,
पण मैत्री होती घट्ट.

घट्ट असायचे हातात हात,
एकमेकांचे स्वातंत्र दिनी,
घोषणा चाले आझादीच्या,
सलामी होती छाती ठोकुनी.

सोबत खेळायचे सारे,
मुलं- मुली मस्त,
आनंद होता मनी,
नसायचे कुणी व्यस्त.

आठवतात ते मित्र,
गुरुजी आणि फळा,
खरंच फार सुंदर,
होती माझी शाळा.

• 67 •

34. आई

जीवनाच्या ह्या वाटेवर,
सोबत असे एक परछाई,
वास्तल्याचा झरा असे ती,
अनमोल नाव तीचे आई.

चंद्र तारेही तिच्यापुढे,
असतात जणू ते फिके,
सामर्थ्य तिच्या शब्दात एवढे,
बोलू लागते मुल मुके.

आधार तिचा असता,
भिती कशाची नाही,
खोड्या कितीही करा,
संभाळून घेई यशोदामाई.

हिरे माणिक मोती,
तिच्यापुढे नगण्य,
साऱ्या जगाची किंमत,
आई पुढे ती शुन्य.

संस्कार रुपी वटवृक्षाची,
बीज असते आई,
गुरु बनून सर्वां,
शिकवे ती शिष्टाई .

ज्ञानाची ती गंगा असते,
कौशल्य असे तिच्या ठाई,
पुण्याची ती आकाशगंगा,
स्वर्ग वसे तिच्या पायी.

वेद पुराणे तिच्या पुढे,
घेई सदा लोळण,
सृष्टीचा निर्माताही,
वंदे तिचे चरण.

आईविणा जीवन म्हणजे,
कठोर वाटे गुन्हा,
हीच माऊली मिळू दे देवा,
जन्मोजन्मी पुन्हा.

35. स्वाभिमान

जगताना आयुष्यात कधी,
झुकू न द्यावी आपली मान,
मरण आले तर बेहत्तर,
पण जोपासावा स्वाभिमान.

निर्माण करावी स्वताची वाट,
मार्ग अवलंबावा खरा,
गर्दित श्वानांच्या चालण्यापेक्षा,
सोबत एकच वाघ बरा.

जाणे नको त्या ठिकाणी,
होईल जिथे अपमान,
मार्ग तो स्विकारू नये,
जिथे व्हावे लागेल बेईमान.

श्रीमंताचा महाल नको,
जर नसेल तिथे माणुसकी,
गरिबाची झोपडी बरी,
असते तिथे आपुलकी.

शब्द असावे गोड मधुर,
मनाला भिडणारे,
नको ते इतके कठोर,
काळीज फाडून काढणारे.

नाते जोडावे असे,
संकटातही साथ देणारे,
हद्दपार करावे ते चेहरे,
मागून घाव करणारे.

डॉ. सुरेंद्र लभडे

जगणे नाही जीवन असे,
काळानेही करावे भाष्य,
मरणाच्या मिठीत देखील,
चेहऱ्यावर असावे स्मित हास्य.

36. पहाट

अंधुकशी दिसे,
वळणाची ती वाट,
पसरली लाली दुर,
झाली ती पहाट.

झाडींतुन पानांचा,
सुरु झाला सळसळाट,
घरट्यांतून पक्ष्यांचा,
ऐकू येतसे किलबिलाट.

हंबरून वासराले,
चाटू लागली गाय.
उठवून बाळाला,
अंघोळ घालतसे माय.

मंद वाहे वारा,
गार त्याचा स्पर्श,
सुगंध दरवळला फुलांचा,
मना वाटतसे हर्ष.

उठूनी बळीराजाने,
हाती घेतले चंदिला,
प्रेमाने भरवीतसे,
भुकलेल्या नंदिला.

दुरवर मंदिराची,
निनादु लागे घंटा,
आनंदाने नाचे मुलं,
विसरून सारा तंटा.

डॉ. सुरेंद्र लभडे

ओसरीवर आजीबाई,
भरू लागली चुळ,
गोष्टी सांगे नातवाला,
हसवी खळखळ.

परसात तुळशीला,
पाणी घालतसे आई,
भरून आले मन,
बघून पहाटेची नवलाई.

37. स्पंदन

एकटा होतो जीवनात,
विलक्षण असे ते घडले,
एक परी दिसली मला,
प्रेम तिच्यावर जडले.

आवतीभवती सगळीकडे,
फक्त ती दिसत होती,
स्वप्न अपुरे पडु लागे,
एवढी ती आठवत होती.

प्रतिपदेच्या चंद्राप्रमाणे,
वाढत माझे प्रेम गेले,
मलाच ते कळाले नाही,
हृदयात तीने घर केले.

डोक्यात विचाराचे तिच्या,
सदा चाले मंथन,
श्वासात आता तिच वसे,
सांगे सदा स्पंदन.

भेटण्यास मी आतुरलेलो,
जसे चातक पक्षी,
रूप तीचे आठवे सदा,
मन असे साक्षी.

बोले ती जेव्हा,
सुखाचा येई पुर,
अबोल झाल्यास मात्र,
दुख करी काहूर.

डॉ. सुरेंद्र लभडे

भांडण झाले तरी,
होई तिचा आभास,
विरहाच्या विचारानेच,
थांबू लागे माझा श्वास.

दुर व्हावे तिच्यापासून,
अशी न यावी नौबत,
अखेरचा श्वास मिठीत घ्यावा,
आयुष्यभर असावी सोबत.

38. अंतर

प्रेम गंगा वसे इथे,
असे आपुलकीचा भाव,
जिव्हाळ्याचे माहेरघर,
सुंदर असे ते गाव.

गर्दीच ते ठिकाण,
घड्याळ चाले तिथे भरभर,
माणुसकी मुळीचं नाही,
असते ते शहर.

जिव दृयावा दोस्तासाठी,
गावात असतो कायदा,
शहरांमधील मैत्रीमध्ये,
दडलेला असतो फायदा.

सुर्याची कोवळी किरणे,
फक्त गावावरतीच पडतात,
कडक उन्हाचा प्रहर,
मोठी शहरे झेलतात.

कोंबड्याची सुंदर बांग,
उठवीते सारं गाव,
शहरात अलार्म वाजून थके,
तरी उठेना राव.

नदीचा खळखळाट,
ऐकू येई गावात,
गटारीचा दुर्गंध तो,
पसरे साऱ्या शहरात.

गावात माणसं घडतात,
माणुस पळे माणुसकीमागे,
शहरात लोक बिघडतात,
जो तो पळतो पैशामागे.

आजी गोष्टी सांगे,
ओसरीवरती गावात,
कार्टुन दिवसरात्र चाले,
शहरामधील घरात.

गावात रुचकर ती,
स्वादिष्ट चुलीवरील चव,
शहरामधे गॅसवरील,
आण्ण असे बेचव.

खळखळून हसतात माणसे,
मुलं खेळतात गावात,
शहरातील गप्प टिव्हीपुढे,
शुकशुकाट असतो घरात.

गावात कुणी पाहुणी येवो,
आदराने बसवती आसना,
शहरात चिमुरड्या बळी पडे,
गल्ली बोळात हिंडे वासना.

गावातील देवघरात,
मनमुराद नाचे देव,
शहरातील मंदिरात मात्र,
देवालाही वाटे भेव.

39. छावा

पुरंदरला हर्ष दाटला,
सुसाट सुटली हवा,
गर्जुन उठला सह्याद्री,
जन्मला शिवबाचा छावा.

सुंदर सुकुमार ते,
जनु राजहंसाची आकृती,
तेज तळपे चेहऱ्यावर,
जसे दुसरे छत्रपती.

शिकवण जिजाऊची,
तलवार भवानीची,
मोडेन पण वाकणार नाही,
ख्याती होती संभाची.

ध्येय फक्त एकच,
रक्षावे स्वराज्य,
शिवबाने घडवलेले,
गोरगरिबांचे साम्राज्य.

जीभेवर वसे ती,
ज्ञानगंगा सरस्वती,
शस्त्र हाती घेता,
भासे विष्णूची ती मुर्ती.

ध्यास होता मनी,
असावी प्रजा सुखी,
आडवा कुणी आला,
तर पाडावा मृत्युमुखी.

डॉ. सुरेंद्र लभडे

समुद्रात मारून लाथ,
हालवीला जंजीरा,
झोप उडाली गनिमाची,
घाम फुटे सिद्दी जोहरा.

राग येता तांडव,
परी प्रेमात भावनाविवश,
मैत्री होती कृष्णासारखी,
सुदामा कवी कलश.

अर्ध्यावरती छत्रपती,
शंभुला सोडून गेले,
स्वराज्य देवुन हाती,
पितृछत्र काढून नेले.

वीर शंभुराजाने,
पराक्रम असा केला,
दिल्लीचा तो बादशाह,
तख्तासकट हादरला.

आष्टप्रधानांनी देखील,
सत्याची सोडली पायरी,
गनोजी गनिमांना मिळाला,
मेहुणाच झाला वैरी.

ताठ ठेवली मान,
काळाच्या जबड्यात जाताना,
यम देखील थरथर कापे,
शंभूचा प्राण घेताना.

टाहो फोडला भिमेने,
इंदायनीच्या गळ्यात पडली,
आक्रंदुन म्हणे ताई,
आपलीच जात आपल्याला नडली.

• 79 •

स्पंदन

शुर शिवबाचा छावा,
पराक्रमाचे आठवावे क्षण,
आठ वर्ष लढे औरंग्या,
मिळवू न शके मातीचा कण.

हादरली ती धरणी,
चकचळा कापे औरंग,
बोले बहुत देखे राजे,
परी देखी ऐसी ना जंग.

40. रावण

पौलस्ती पुत्र रावण,
होता लंकेचा राजा,
अन्यायाने पिडीत ब्राम्हण,
दुखी होती प्रजा.

तेहतीस कोटी देव,
त्याने केले बंदी,
चिंतेत होते महादेव,
त्रस्त होता नंदी.

ब्रम्हा करी भाष्य,
नारद गायी गाने,
रावणापुढे व्यर्थ विद्या,
अबोल पंडित शहाणे.

हसुन उठे रावण,
कळे त्याला सुत्री,
अतिसुंदर रूपवान आहे,
जनकाची ती पुत्री.

सितेला वराया रावण,
धनुष्य उचले करी,
हात पाय थरथरले,
घेवुन पडे उरी.

क्रोधाने तडफडे तो,
स्वताशीच बडबडला,
एके दिवशी अपमानाचा,
रावण घेईल बदला.

प्रतीक्षा सफळ झाली,
सिता एकटी घरात,
वदला माई भिक्षामदेही,
साधु उभा दारात.

सुंदर रूप गोरटे,
हंसापरी ती कांती,
क्षणभर बघता सितेला,
पडली रावणा भ्रांती.

हातात घेवून भिक्षा,
ओलांडली लक्ष्मण रेषा,
ओळखु न शके बिचारी,
रावणाच्या फसव्या वेषा.

रामाने मारले होते,
मारीच रुपी हरण,
इच्छेपोटी कंचुकीच्या,
हरणीचे झाले अपहरण.

सितेला सोडवून आणेल,
शत्रुला शिकवेल धडा,
रावणाचा अंत करेल,
रामाने उचलला विडा.

गोळा केले सोबती,
नळ निळ जाबुवंत,
काळाला चिरडून टाकणारा,
बलाढय विर हनुमंत.

झोप उडाली रावणाची,
जळाली त्याची लंका,
हिम्मत केली वानराने,
गाजला त्रिलोकी डंका.

• 82 •

डॉ. सुरेंद्र लभडे

अत्याचाराचा पाऊस संपला,
सरला अहंकाराचा श्रावण,
रामरूपी वनवा पेटला,
जळून गेला रावण.

रावणाचा केला विनाश,
विभिषणास दिला आसरा,
सितेला सोडवून आणले,
साजरा केला दसरा.

शौर्याचा विजय झाला,
अहंकाराचा समुळ अंत,
करा नारीसन्मान सांगुन,
झाला रावण शांत.

41. दारू

प्राशन करुनिया जिस,
नाहीसा होई दुःखांचा मेरु,
नाव ठेऊ नका तिस,
तिला म्हणतात दारू.

काळी ठिक्कूर पोरगी,
दिसू लागतसे पारू,
नशा हिची वेगळीच,
तिला म्हणतात दारू.

साधा- सुधा गुरुजी,
क्षणात होतो प्राध्यापक,
पुस्तकातील विचारवंतही,
मग वाटू लागतात फिकं.

डॉक्टरांच्या सहवासात,
बिचारी स्टेथोस्कोप होते,
न स्पर्शताही रुग्णाला
स्पंदनांची बेरीज होते.

बेरीज वजाबाक्या करूनच,
ज्यांचा होतो आटापिटा,
ते प्राशन करता दारूचे,
सोडवतात साईन, कॉस, थिटा.

थंडित जणू काही,
बनते ती शाल,
निराशावादी मनासाठी कधी,
बनते ती आशावादी ढाल.

• 84 •

42. मामाच्या गावाला जाऊया.

धो धो धो धो पाऊस,
साऱ्यांची मिटली हाउस,
पाणीच पाणी पाहुया,
मामाच्या गावाला जाऊया.

पाऊस झाला खुप मोठा,
वाहून गेल्या साऱ्या वाटा,
पाउलवाट ती शोधुया,
मामाच्या गावाला जाऊया.

पाऊसाने केले काहूर,
नदीला आला पूर,
खळखळ पाणी पाहूया,
मामाच्या गावाला जाऊया.

मामाचा तलाव मोठा,
नाही पाण्याचा तोटा,
डुबकी मारून येऊया,
मामाच्या गावाला जाऊया.

टिपटिप पडे थेंब,
झाले सारे ओलेचिंब,
आसरा छत्रीचा घेऊया,
मामाच्या गावाला जाऊया.

43. सांजवेळी

अश्या सांजवेळी,
तुला आठवावे,
सुंदर तुझे रूप,
मनात साठवावे.

हळुवार वाऱ्याच्या,
झोताने यावे,
स्पर्श तुझा व्हावा,
अंग रोमांचित व्हावे.

दिसावी तु मला,
नभी चंद्र तारकांत,
भासावे जणु काही,
जाई जुई अंगणात.

बोलताना तु कधी,
गप्प न व्हावे.
शब्द तुझे अमृतापरी,
काणी माझ्या गुंजावे.

सोबत राहु सदा,
देवु एकमेका सहारे,
प्रेम राहिल आपले,
जोवरी असेल चंद्रतारे.

श्वासातही माझ्या
पुन्हा तुच यावे,
विसरेल तुला मी जेव्हा,
शरीर गतप्राण व्हावे.

• 86 •

डॉ. सुरेंद्र लभडे

जीवणात माझ्या तु,
व्हावे अंधाळ्याची काठी ,
मी काळोखात असताना,
उजळून व्हावे तु ज्योती.

सोनेरी त्या किरणांत,
रूप तुझे दिसावे,
रोज सांजवेळी माझे,
मन तुझ्यासवे विसावे.

44. भाऊ

त्याला फार झाला,
आई मला दे खाऊ,
असे म्हणून भांडणारा,
असतो तो भाऊ.

माझं माझं करून,
सारं हिसकावून घेतो,
पण ठेच लागताच,
हात त्याचा पुढे येतो.

छोट्या मोठ्या गोष्टींत,
करीतसे तो भांडण,
लटकेच त्याचे आसु,
गऱ्हाणे आईपुढे मांडण.

असताना त्याची कधी,
नसे कळत किम्मत,
कुणाशीही पंगा घेण्याची,
असे त्याच्यामुळेच हिम्मत.

बाबांच्या खांद्यावरचे ओझं,
लवकर त्याशी कळे,
आधार वाटे घरा,
त्या मोठ्या भावामुळे.

आईबाबा फक्त माझे,
असे चिडवितसे मला,
लहान होता तु,
तेव्हा जत्रेत सापडला.

• 88 •

डॉ. सुरेंद्र लभडे

रक्ताचेच दृढ नात,
भावा भावांना कळावे,
विसरून सारा तंटा,
त्यांनी एकमेकांशी मिळावे.

भाऊ असतो आधार,
सारथी मित्र सखा,
राखी बांधे ताई बंधुराया,
म्हणे भाऊ माझा पाठीराखा.

45. सांग ना रे मना.

डोळा येई पाणी,
होता शरिराशी खुणा,
दुख होई ते कसे?
सांग नारे मना.

भामटे लोकं सारे,
त्यांना किती काही म्हणा,
सुधरेल कारे लोकं?
सांग ना रे मना.

समजे स्वताला हुशार,
नाही कुणी शहाना,
होतील का सुज्ञ सारे?
सांग ना रे मना.

प्रेम करतोस तु,
हवा कशाला बहाना,
मुका का होतोस समोर?
सांग ना रे मना.

झुकतोस का माणसा,
ठेव ताठ तुझा कणा,
लाचारी सरेल का रे कधी?
सांग ना रे मना.

राम राम करीतोसी,
जाळ अंतरीच्या रावणा,
अहंकार सोडील का माणुस?
सांग ना रे मना.

डॉ. सुरेंद्र लभडे

मिटेल का दुख,
कळेल का भावना,
चिंता संपेल का सारी?
सांग ना रे मना.

46. अभिमन्यु

वीर अर्जुन पुत्र,
होता शत्रुचा काळ,
अभिमन्यु नामे विख्यात,
होता सौमित्रेचा बाळ.

निधडी होती छाती,
नजर त्याची तिक्ष्ण,
पोलादी होते बाहु,
रक्त होते उष्ण.

शत्रुने डाव साधला,
चक्रव्यूव द्रोण करी,
सापळा दुर्गम असा,
काळाचाही प्राण हरी.

रणशिंग फुंके शत्रु,
आव्हान देई रणांगणी,
युद्धा निघे योद्धा,
माऊलीचे चरण वंदुनी.

युद्धनिती ठाव त्यासी,
वार खाली न जाय,
शिरसंधान झाले कैक,
अगणित तुटले पाय.

धास्ती भरे शत्रुला,
गाजवीले ते रणक्षेत्र,
समरांगणी तळपे तो,
वीर योद्धा सौमित्र.

चक्रव्युव भेदन केले,
केंद्रस्थानी तळपे वीर,
धाता उडाली शत्रुची,
कुणी न धरे धीर.

शत्रु नव्हते दुबळे,
सारे होते महारथी,
कर्ण अश्वस्थामा द्रोण,
जयंद्रथ त्यांचा सारथी.

साऱ्यांनीच वार केले,
एकट्या अभिमन्यु वरी,
अधर्म युद्ध मांडले,
दया कुणी न करी.

कर्णे तोडी धनुष्य,
गळुन पडे भाता,
चपळाईने योद्धा तो,
रथाचे चाक घेई हाथा.

वार झाले अपार,
जागा उरेना अंगावरी,
भोवळ आली सौमित्रेया,
गदा बसली माथ्यावरी.

निचेष्टित पडे सुकुमार,
अघटित एक घडले,
जाता जाता जयद्रथे,
अभिमन्यूशी पायाने ताडले.

शांत झाले रणांगण,
युद्ध ते संपले,
कवटाळून पुत्राशी पार्थाने,
शीर मांडीवर घेतले.

स्पंदन

नेत्री आले आश्रु,
अभिमन्युशी तो बोले,
सांग पुत्रा रंगागणी,
हाल कुणी हे केले?

रणांगणाशी मरण आले,
दुख त्याचे न किंबहुना,
जयंद्रथाने लाथ मारली,
खेद वाटे मना.

श्वास थांबला क्षणभर,
आठवे पिता महान,
डोळ्यांत साठवून हरीला,
सोडला अभिमन्यूने प्राण.

47. आजार

दुखाने तो विव्हळे,
होई खुप बेजार,
हुडहुडी भरे अंगाशी,
जडतो जेव्हा आजार.

डोक्याला असतो हात,
जाईना ती डोकेदुखी,
लक्ष लागेना कुठे,
शब्द फुटेना मुखी.

पिझ्झा बर्गर जेव्हा,
रोज जाई ताटात,
कळ मारुनी येई,
खुप दुखे पोटात.

चालताना होई त्रास,
गुडघ्याची दुखे वाटी,
सांधे सारे दुखु लागे,
होई ती अंगदुखी.

ऐकु येईना काही,
हाले फक्त हनुवटी,
त्रास फार वाटे,
होता ती कर्णदुखी.

पिवळा रंग त्वचेचा,
पोटात पडे पीळ,
अशक्तपणा वाटे फार,
भयंकर ती कावीळ.

सर्दी ताप खोकला,
यात कमी होईना,
पसरे हा हवेतून,
नाव याच करोना.

पथ्य पाणी पाळा,
संपर्क जरासा टाळा,
शरिर बनवा तंदुरुस्त,
रोगाला घाला आळा.

48. बाकी सारं आयुष्य पडलयं.

क्षण हा जगा आनंदाने,
दुखाने कुणाला सोडलयं?
चिंता करण्या भविष्याची,
बाकी सारं आयुष्य पडलयं.

होऊन गेले मागे जे,
पुन्हा ते कधी न बदललयं,
उद्याचं काय बघण्यासाठी,
बाकी सारं आयुष्य पडलयं.

जपा सुखाचे ते क्षण,
विसरा मागे जे घडलयं,
चुक ती सुधारण्यासाठी,
बाकी सारं आयुष्य पडलयं.

आधार द्या सोबत्यांना,
दुर्लक्ष करा जे नडलयं,
बदला घेण्या शत्रुचा,
बाकी सारं आयुष्य पडलयं.

संगत धरा ज्ञानीयांची,
ज्ञानानेच जग सुधरलयं,
वाईट व्यसने लावण्यासाठी,
बाकी सारं आयुष्य पडलयं.

संबंध ठेऊ नका तिथे,
विकृतीने ज्यांच डोकं सडलयं,
नाते नवे जोडण्यासाठी,
बाकी सारं आयुष्य पडलयं.

स्पंदन

संधीच करा सोनं,
सुधार करा जे चुकलयं,
अपयशाचा विचार करण्यास,
बाकी सारं आयुष्य पडलयं.

प्रयत्नांच्या बांधा भिंती,
नव्याने उभारा जे घर मोडलयं,
वादळवाऱ्याची पर्वा करण्यास,
बाकी सारं आयुष्य पडलयं.

49. बाप

आधार मोठा त्यांचा,
शब्दात असते छाप,
संकटे काहीच नसे,
सोबत असता बाप.

काबाड कष्ट करून,
संसार सारा उभा करतो,
भुकेल्या त्या पिल्लांच्या,
चोचीत चारा पाणी भरतो.

राहतो साधा भोळा,
घालत नाही कधी सुट,
अनवणी चाले स्वता,
मुलांना घेई बुट.

इच्छा आकांक्षा त्याच्या,
अश्रुत साऱ्या वाहुन गेल्या,
स्वप्न ठेऊन उधार त्याने,
मुलांच्या इच्छा पुर्ण केल्या.

डोक्यावरती असे त्याच्या,
घराचा सारा भारं,
जिद्द देतो जगण्याची,
केवढा असतो आधार.

आई असते वास्तल्य,
प्रेम करते अमाप,
चैतन्याचा झरा असे,
आधारस्तंभ तो बाप.

स्पंदन

बापाविना जिवन म्हणजे,
वल्ह्याविना नाव.
जगावं कसं कळत नाही,
लागत नसे ठाव.

50. तु आणि मी

तु शीत मी उष्ण,
तु राधा मी कृष्ण.

तु चेंडू मी फळी,
तु फुल मी कळी.

तु दिवस मी रात,
तु वरण मी भात.

तु पाऊस मी वारा,
तु जल मी धारा.

तु पतंग मी दोर,
तु आवाज मी शोर.

तु जीत मी हार,
तु तलवार मी धार.

तु घोडा मी सवार,
तु मोती मी हार.

तु कुंडी मी रोप,
तु स्वप्न मी झोप.

तु नाग मी फनी,
तु माळ मी मनी.

तु माती मी कण,
तु वेळ मी क्षण.

51. संघर्ष

यश येता आयुष्यात,
वाटे मना हर्ष,
हवा असतो त्यासाठी,
पाउलो पावली संघर्ष.

कर्म असते श्रेष्ठ,
त्याचेच मिळते फळ,
जिद्द असावी करण्याची,
हातात हवे बळ.

दुर्गम त्या घाटातुन,
शोधावी ती वाट,
संकटांना तोंड द्यावे,
दाखवु नये पाठ.

बळ असावे मनगटात,
सुर्यालाही थोपवुन धरणारं,
स्मित असावं चेहऱ्यावरी,
चंद्रमालाही लाजवणारं.

तन असावे कठोर,
संघर्षात न डगमगणारं,
मन असावे हळवे,
काळीज काढुन देणारं.

संघर्ष असावा असा,
इतिहास पुन्हा घडविणारा,
नाव व्हावे जगात असे,
जणु दुसरा ध्रुव तारा.

52. शेतकरी

राब राब राबतो,
काबाड कष्ट तो करी,
साऱ्या जगाचा पोशिंदा,
असे तो शेतकरी.

कर्ज काढी सावकारीतुन,
आणे त्याच बियाणं,
ठावं नसे त्याला याचं,
माती होईल कि सोनं.

नजर त्याची आभाळाकडे,
पाऊस केव्हा पडेल,
पेरलेलं उगवेल की,
मातीतच ते सडेल.

मेघ जमे कधीतरी,
पडे दोन थेंब,
गुदगुल्या होई धरणीला,
फुटे काही कोंब.

इच्छाआकांक्षांच्या मुळ्या,
खोलवर लागे रुजु,
अवकाळी पाऊसाने त्या,
मातीतच लागे कुजु.

प्राणी पक्षी नेहमी,
करी पिकांचे भक्षण,
डोळ्यांत तेल घालुन तो,
करी त्याचे रक्षण.

• 103 •

हाती आलेलं धान्य,
बाजारात तो नेई,
व्यापारी तो माल,
कवडी मोलाने घेई.

कष्ट करूनी साऱ्या,
शरिराची होई झिज,
कष्टाचे त्याच्या कधी,
होत नाही चिज.

डोंगरा एवढे कर्ज,
माथ्यावर त्याच्या होते,
खांद्यावरचं ओझं मात्र,
जीव त्याचा घेते.

दया कर देवा,
सुखी ठेव प्रजा,
आनंदी असुदे नेहमी,
पालनकर्ता बळीराजा.

53. अरे माणसा माणसा

अरे माणसा माणसा,
जाणुन घे तु जगणं,
बरं नव्हे स्वार्थासाठी,
उभे आयुष्य जाळणं.

चिंता असे मोठा रोग,
लागु नको त्याच्या नादा,
जाळी जिवा खोलवर,
जरी दिसे वर साधा.

करू नको रे अन्याय,
दे मदतीचा बाहु,
वस्त्रहरण होता द्रोपदीचे,
तटस्थ नको उभा राहु.

संभाळ करी आईबापा,
असे दयेचा ते सागर,
पाठीवर त्यांचा हात,
असे केवढा आधार.

अडचणींचा येतो पुर,
फार करी तो बेजार,
संकटांचा कर सामना,
नको मानु रे तु हार.

हास्य ठेव चेहऱ्यावर,
नको दाखवु ते घाव,
चोळतात मीठ लोकं,
नसे तुला का ते ठावं.

• 105 •

स्पंदन

आयुष्य कोडं रे मोठं,
सोपे नाही सोडवणं,
मुर्ती जीवनाची लागे,
स्वहाताने ती घडवणं.

54. प्रेम असावे प्रेमासारखे

प्रेम असावे प्रेमासारखे,
नकोत नुसता देखावा,
विसरून जग सारे,
मिठीत घ्यावा विसावा.

त्या प्रेमाला अर्थ असावा,
नकोत नुसते वाद,
प्रेम जिव्हाळा तेथे असावा,
सुमधुर असावा संवाद.

आपुलकीची भावना असावी,
नकोत कपट नीती,
दोन जीव एक व्हावे,
नको एकमेकांची भिती.

चेहरा मनी एक असावा,
बाकी अमंगळ मुर्ती,
राधाकृष्णासम प्रेम असावे,
व्हावे जगात किर्ती.

शेवटपर्यंत साथ द्यावी,
नकोत नुसती वचने,
हात असावा हाती,
नको मृत्युपुढेही खचणे.

प्रेमालाही अभिमान वाटावा,
नकोत तिरस्कार घृणा,
जन्मोजन्मीची प्रित असावी,
हेच प्रेम असावे पुन्हा.

55. अंधार

रंग त्याचा एक जरी,
करी तो भावनांची शिकार,
काळा कुट्ट असे तो,
नाव त्याचे अंधार.

रूप बघा त्याचे,
असे किती विभिन्न,
हसवे कधी तो गाली,
कधी करीतसे खिन्न.

भिती फार अंधाराची,
वाटे ती बालपणी,
चेटकीन दिसे समोर,
आठवे लांब तिची वेणी.

अंधार हवासा वाटे,
बहरलेल्या त्या तारुण्यात,
लाजेने बेधुंद दिसे तारका,
आकाशी चंद्रमाच्या विळख्यात.

चिंता करी तो धनी,
जिवाशी त्याच्या घोर,
अंधार आहे फार,
डाका टाकेल का चोर?

चोरांना हवासा वाटे,
काळोख तो फार,
अंधारातच दिसे त्यांना,
हिरे माणिकांचे हार.

• 108 •

डॉ. सुरेंद्र लभडे

नको वाटे तो अंधार,
जो काळोख आणे जिवणात,
दुख सोसवे ना काही,
जिव धाव घेई स्मशानात.

56. एक होते सुंदर

एक होते सुंदर स्वप्नातील माझे गाव,
हृदयात होते वसलेले प्रेम त्याचे नाव.
      गाव होते खाली नव्हता कुणाचा शिरकाव,
      दिसली एक परी घेतला मनाचा तिने ठाव.
नेत्रपुष्णांच्या वेशीतुन आगमन तिचे झाले होते,
पदस्पर्शाने तिच्या गाव पावन झाले होते.
      सुंदर होते रूप तिचे हळवे होते मन,
      नजरे समोर सदा आठवे ती क्षणोक्षण.
बोले जेव्हा ती खळखळ हसे झरा,
मुखडा भासे तीचा जणु कोहिनूर हिरा.
      उगवे ना दिवस आठवणीत सरेना रात्र,
      प्रेम जडले एवढे जणु सागराचे पात्र.
आजुबाजु नेहमी तिचाच होई भास,
परके लागे सारे पण ती मात्र श्वास.
      चांगल्या माझ्या प्रेमाला काळाची लागली नजर,
      अविश्वास दाखवला तिनेही केली नाही कदर,
अश्रु सरून नेत्र माझे गाळत होते रक्त,
काय गुन्हा केला मी क्षणात प्रेम झाले रिक्त.
      अंधारल्या दाही दिशा गाव झाले ओसाड,
      गळुन विश्वासाचे पाने सारी कोसळले प्रेमाचे झाड.

57. पाहिलयं

डोळ्यांत पाणी असतांना,
मी ओठांना हसतांना पाहिलयं,
काळजाचा दाह होतांना,
मी अंग पोळतांना पाहिलयं.

काळजीचा स्पर्श करतांना,
मी फुलांना सुकतांना पाहिलयं,
विश्वासाच्या मुळ्या खोलवर असतांना,
मी प्रेमाचे झाड कोसळतांना पाहिलयं.

मुलांना मोठे करतांना,
मी आईबापाला झुरतांना पाहिलयं,
मायेच्या त्या उबदार वस्त्रांना,
मी वृद्धाश्रमात विरतांना पाहिलयं.

दान देणाऱ्या हातांना,
मी चोरी करतांना पाहिलयं,
आश्वासने देणाऱ्या चेहऱ्यांना,
मी मिस्किलतेने हसतांना पाहिलयं.

गर्दित असतांना हजारोंच्या,
मी मनाला एकटे फिरतांना पाहिलयं,
स्वताच्या सावलीवरती विश्वास असतांना,
मी तिलाही अंधारात साथ सोडतांना पाहिलयं.

खिशात पैसे असतांना,
मी अनोळखींना जवळ येतांना पाहिलयं,
खिसा खाली असतांना,
मी जवळच्यांनाही दुर जातांना पाहिलयं.

स्पंदन

माणसाला वेदना होतांना,
मी लोकांना आनंदी पाहिलयं,
मेल्यावर लटकेच सारे रडतांना,
मी प्रेताला हसतांना पाहिलयं.

58. आठवते का गं आई?

ठेच लागताच मला,
कशी धावत तु येई,
कुरवाळून मिठीत घ्यायचीस,
आठवते का गं आई?

आता रक्तबंबाळ असतांना,
जवळ कुणी येत नाही,
वेदना असह्य होताना,
मला तुच आठवते आई.

भुक लागताच मला,
आटापिटा तुझा होई,
पान्हा फुटे तेव्हा तुला,
आठवते का गं आई?

आता भुख लागली तरी,
उपाशी झोपतो माई,
चिमणी पिल्लांना चारा भरतांना,
मला तुच आठवते आई.

पाणी आले माझ्या नेत्री,
गंगा यमुना तुझ्या वाही,
अश्रु माझे पुसायचीस,
आठवते का गं आई?

आता डोळे सदैव ओलेचिंब,
पुसायला मायेचा हात नाही,
अनावर अश्रु वाहतांना,
मला तुच आठवते आई.

• 113 •

शाळेत जायची मला,
किती असायची घाई,
डब्बा घेऊन मागे यायचीस,
आठवते का गं आई?

पुस्तकांची शाळा छान,
जीवणाची शाळा जीव घेई,
अवघड कोडं सोडवताना,
मला तुच आठवते आई.

59. व्हॅलंटाईन

परी मिळावी सुंदर म्हणून,
वेड्याने मारली लाईन,
पैज लावली मित्रांसोबत,
यंदा मी पण करेन व्हॅलंटाईन.

पहिल्या दिवशी त्याने,
दिले तिला रोज,
हसुन गाली म्हंटला,
भेटशील का दररोज?

स्विकारले फुल तीने,
मनात फुटले याच्या लाडु,
बहिन असेल तिला तर,
मित्रालाच बनवु साडु.

दुसऱ्या दिवशी त्याने,
केलं तिला प्रपोज,
होकार दिला तिने,
केल नाही अपोज.

प्रेमाच्या विश्वात आता,
झाला होता दाखल,
नवाचा होता थाट त्याचा,
मेकअप आज कल.

तिसऱ्या दिवशी तिला,
दिली प्रेमाने कॅटबरी,
हातात घेवून हात म्हंटला,
तुच जानु माझी खरी.

पिशवीत घालून भलामोठा,
दिला तिला टेडी,
पिल्लु माझं किती छान,
म्हणुन घेवून गेली वेडी.

बघेल तुझ्याकडे कुणी,
तो जागेवरच मेला,
संभाळ करेल आयुष्यभर,
प्रॉमीस दिले तिला.

पुढे उभे राहून म्हंटला,
जानु वरती बघ,
मिठित घेवुन तिला,
केले त्याने हग.

गेट वरती उभे राहून,
केलं खुप मिस,
एकांतात बघुन त्याने,
केलं तिला किस.

ऐटित होता आज,
भलताच होता फाईन,
गुडघ्यांवर बसुन विचारले तिला,
विल यु बी माय व्हॅलेंटाईन?

हो म्हणून त्याला,
पार्टी तिने केली,
मौज मारून खुप,
तिजोरी याची खाली केली.

दुसऱ्या दिवशी याने तिला,
भलत्या सोबत पाहिले,
हसु संपून ओठांवरचे,
अश्रु त्याचे वाहिले.

डॉ. सुरेंद्र लभडे

समोर गाठून तिला म्हणाला,
विसरलीस का माझं रोज?
औकात दाखवत म्हणाली,
कहा गंगु तेली कहा राजा भोज?
प्रेमापेक्षा आता जगात,
पैसा झाला मोठा,
नोटांवर जडले प्रेम,
व्हॅलेंटाईन झाला खोटा.

60. शिकवण करोणाची.

वेळेपेक्षा आयुष्याला,
आली होती गती,
काम एके काम,
हरवली होती मती.

पाचच्या गजरे मुळे,
हरपुन जायची निद्रा,
कामाच्या व्यापामुळे,
करपून जायची मुद्रा.

सुट्टी मागतांना दिवसाची,
अटकुन राहायचा श्वास,
ऑफिस भासे काळेपाणी,
हिटलर वाटे बॉस.

सुट्टी करण्या साऱ्यांची,
काळाने केली गर्जना,
जग सारेच बंद झाले,
फैलावला तो करोना.

शहरांकडील रस्ते सारी,
गावांकडे ती वळाली,
मार्ग मिळेल तसा,
लोकं गावी पळाली.

दुरावलेली ती मैत्री,
पारावर पुन्हा मिळाली,
गप्पांचा पडला पाऊस,
माणुसकी ती कळाली.

• 118 •

डॉ. सुरेंद्र लभडे

पहाटेचा मंद वारा,
फुंकर घालून गेला,
सुखावला किती तो,
शहरातील जीव अर्धमेला.

दारापुढे कचरा नव्हता,
होती रांगोळी सडा,
न्याहरीस चटणी भाकरी,
नव्हता टपरीवरचा वडा.

रस्ते सारेच मोकळे,
नव्हती शहरांतील वर्दळ,
गप्पा मारत चाले सारे,
नव्हती कुणामागे धावपळ.

सुंदर वाटे किती,
आजीच्या जात्यावरील म्हणी,
फिके पडे त्यापुढे,
शहरातील डिजेवरील गाणी.

ताज्या झाल्या साऱ्या,
बालपणीच्या आठवणी,
मृदु झाली होती ती,
दरडवणाऱ्या बापाची वाणी.

शहरातील तो माणुस,
गावाकडेच नादावला,
धावपळीतील तो जीव,
आईच्या कुशीत स्थिरावला.

नकोशी वाटली त्याला,
ऑफिसातील ती वणवण,
धावपळीतुन मुक्त झाला,
तेव्हा कळाले जीवन.

• 119 •

स्पंदन

शहरातील मातीला नसतो,
गावाकडील तो गंध,
करोना शिकवुन गेला,
खरे अनमोल ऋणानुबंध.

61. असे का व्हावे?

नेत्रांनी तरी का त्या अश्रुंना जपावे,
मन आपले तरी का ते दुसऱ्यात गुंतावे?
नभांनी तरी का त्या ढगांना जुळवावे,
चातकाच्या तृष्णेसाठी का अश्रुंना ढाळवावे?
आठवणींनी तरी का पुन्हा पुन्हा यावे,
मनाने तरी का एवढे कुणाशी एकरूप व्हावे?
गर्द काळोखाने का स्वतालाच विसरावे,
आकाशी तारकांना का अंधारी उजळावे?
संकटांनी तरी का जिवणास खेळवावे,
अनुभवांना तरी का असावे सुख दुखांचे डोहाळे?
हृदयाला तरी का एवढे श्वासासी प्रेम व्हावे,
दुरावा क्षणभरी तरी का मरणासी कवटळावे?

62. आधुरी कहानी

धडधडले हृदय माझे,
काळीज खोलवर फाटले,
ऐकुन नकार तिचा,
आश्रु नयनी दाटले.

भयान पसरली शांतता,
घड्याळाचे थांबले काटे,
विश्वासाच्या चिंधड्या उडाल्या,
प्रेमाला फुटले फाटे.

मुसमुसुन रडलो स्वताशी,
आश्रु झाले अनावर,
राधेचा शाम दिसला,
आलो तेव्हा भानावर.

दृष्टी टाकुन मजवरती,
गाली तो हसला,
म्हणे मजसमान तुझाही,
प्रेमाचा डाव फसला.

तोडुन माझे प्रेम देवा,
आता का मजवरती हसे?
बघवले नाही का प्रेम माझे,
टाकलेस उलटे फासे.

रडु नकोस असा,
अगळीक नारीच्या अदा,
शेवटपर्यंत साथ देईल,
अशी नाहीच कोणती राधा.

डॉ. सुरेंद्र लभडे

ऐकुन घेता बोल ते,
काळीज माझे तुटत होते,
प्राण पाखरू घायाळ ते,
आक्रदुंन फडकडत होते.

संपली होती भातुकली,
दुरावली राजा राणी,
खऱ्या माझ्या प्रेमाची,
आधुरी राहिली कहानी.

63. कळत नाही मला

कळत नाही मला तुझ्यात असे काय आहे येडु,
आठवण तुझी येता लागे हृदय माझे धडधडु.
दिवस असो वा रात्र फक्त तुझाच होतो भास,
सगळेच आहे आयुष्यात पण तु मात्र खास.
जवळ नाहीस तु तरी घट्ट किती हे बंध,
जसा फुलासोबत असतो त्याचा परिमळ गंध.
मन माझे तल्लीन होते तुझ्या आठवणींच्या स्वरांवर,
प्रेमवेल ती खुलु लागते हृदयातील कोमल स्तरांवर.
रुसतेस जेव्हा माझ्यावर वाटते खुप खंत,
भासते मला जणु काही जीवनाचा झाला अंत.
सोबतीने सोडवु दोघे एकमेकांच्या जीवनातील बाधा,
प्रेम करू असे काही जसे कृष्ण आणि राधा.

64. गुज अंतरीचे

लख्ख चांदणे नभीचे,
प्रकाशीत रात होती,
चांदोबांच्या भोवताली,
चांदण्यांची रास होती.

चांदण्यांचा मोह तो,
नव्हता शीत चांदोबाला,
अलिप्त भाव जणु तो,
होता त्याच्या जगण्याला.

खेळ खेळे दुर नभी,
एक लावण्यकळी अंगणी,
रूपवान गोरटी ती,
शोभा वाढवी तारांगणी.

खळखळुन हसे गाली,
चांदणी मनमुराद स्वच्छंद,
साद घालताना तिला,
वारा वाहे मंदमंद.

हास्य तिचे बघण्याचा,
चांदोबाला जडला छंद,
जुळले नाते असे काही,
जणु फुल आणि गंध.

पुणवेच्या त्या चांदोबाने,
प्रेमाचा वर्षाव अती केला,
प्रेम प्रकाशाने त्याच्या,
चांदणीचा प्रभाव कमी झाला.

स्पंदन

अती प्रेम प्रकाशाने,
चांदणीचे आस्तित्व कमी होते,
काही दिवसाने हे सत्य,
चांदोबाला कळाले होते.

लख्य रूप झळकावे तिचे,
म्हणुनी तो कालोखी लुप्त झाला,
करूनी प्रकाशमय चांदणीला,
चांदोबा पुर्णत्वास गेला.

65. विटंबना

वृद्धाश्रमाच्या दाराला आज पुन्हा लाज वाटली,
सुशिक्षीत जोडपे ती कार्यालयात येऊन भेटली.
          विनंती केली त्यांनी आहेत का दोन जागा?
          म्हतारा म्हतारीचा आता घरात सोसवेना त्रागा.
होकार कळताच किती सुखावली ती दोघे,
हर्ष दाटला मनी हलके झाले ओझे.
          बिचाऱ्या माऊलीची नजर रस्त्याकडेच लागुन होती,
          काहो अजुन हे दोघे आले नाही वेळ झाला किती?
ओसरीवरचा म्हतारा धीर देत होता,
उशीर झाला असेल ग त्यांना औषधे आपली घेता.
          डोळ्यांत प्राण आणुन मायबाप वाट बघत बसले दारात,
          दुर्लक्ष करून त्यांच्याकडे जोडपे घुसले घरात.
आवाज आला घरातुन ठेवु नका दुबळी आस्था,
वाट बघतोय तुम्हा दोघांची तो वृद्धाश्रमाचा रस्ता.
          आई वडील नात्याचे रेशमी बंधन त्याने तोडले,
          घरातील विठु माऊलीला वृद्धाश्रमात आणुन सोडले.
विसरून गेला क्षणांत माय बापाच्या प्रेमाला,
हिंदाळून पाडले होते त्याने सावली देणाऱ्या झाडाला.
          चालवु लागले दोघे मिळुन संसाराचे सुत्र,
          नवसाअंती प्राप्त झाला त्यांना एक पुत्र.
जिवापेक्षा जपे त्यासी वाटे काळजाचा तुकडा,
क्षणोक्षणी आठवे त्यांना त्याचा सुंदर मुखडा.
          दिवसांमागुन दिवस लोटले बाळ बोले बोबड्या बोली,
          आजीआजोबा कुठयं हो बाबा का रिकामी त्यांची खोली?

• 127 •

सुंदर एक ठिकाण बाळा तिथे आहेत माझे मातृपित्र,
आनंदाने राहतात दोघे तिथे फार त्यांचे मित्र.
हट्ट धरला बाळाने मला आजीआजोबा दाखवा,
सुंदर त्या ठिकाणी मला नेवुन भेटवा.
हट्ट पुरविण्या बाळाचा घेवुन गेला वृद्धाश्रमात,
थकलेले दोन जीव झोपले होते वनात.
दाखवुन बोट त्यांकडे म्हणे ते बघ आजोबाआजी,
किती आनंदाने झोपले बघ आईबाबा माझी.
आजीआजोबा उठा ना बोलली ती मंजुळ वाणी,
हर्षुन उठले दोघेही आले नयनी त्यांच्या पाणी.
अश्रु पुसत म्हणाला वाटत नाही का तुम्हाला बरं?
करमतं का हो आजीआजोबा तुम्हाला इथे खरं?
हसुन म्हणाले बाळा इथे खुप बरं वाटतं,
पिल्लं दुर गेले की बाळा असचं काळीज फाटतं.
फाटलेली चटाई उचलत उठले ते दोघे,
कवटाळुन छातीशी त्याला म्हटले खेळ खेळू मागे.
फाटलेलं होतं लुगडं आजीचं उसवली होती चोळी,
हातपाय दुखे त्यांचे पण मिळत नव्हती गोळी.
आजीआजोबांना बाबा घरी आपल्या घ्याना,
छान सुंदर कपडे त्यांना पण द्याना.
झाले का भेटुन तुझे चाल आता घरा,
नादावला त्यांच्या संगे तु वेडा झाला खरा.
मंदिर बघुन समोर बाळाने जोडले हस्त,
क्षणभर डोळे मिटुन उभे राहिला तटस्थ.
काय मागितलेस देवाकडे सांगशील का मला?
हसत बघत बाळाकडे प्रश्न बापाने केला.
बाबा हात जोडून देवाला प्राथना मी केली,
ह्याच सुंदर जागेत तुमची राहण्याची व्यवस्था केली.

डॉ. सुरेंद्र लभडे

क्षणांत उतरला चेहरा त्याचा आला मना राग,
हेच मागण्यापेक्षा आमचा मृत्यु तरी माग.
        जातो बोलून बाबांशी उचलोनी घेतले पुत्रा,
        ओघावत्याच नजरेने बघितले त्याने त्यांच्या नेत्रा.
पुत्राची आठवून वाणी लागेना गोड पाणी,
अनेक विचारांनी त्याच्या घर केले मनी.
        अरे ज्या माऊलीने तुझ्यासाठी रक्ताचे दुध केले,
        मोठा होताच तु तिला नजरेआड केले.
हृदयाशी कवटाळुन वेड्या तिने तुला गप्प केले,
तु मात्र दृष्टा तिला हृदयातुनच दुर केले.
        अरे ठेच लागायची वेड्या तुला पण ती मात्र रडायची,
        कितीतरी रात्र तुझ्यासाठी जागुन ती काढायची.
दिवसरात्र कष्ट करून बापाने तुझ्यासाठी कमवलं,
उभं आयुष्य त्याने तुझ्यासाठी गमवलं.
        पावलोपावली ज्याने तुला विश्वासाची दिली थाप,
        त्याच्याच पुण्याचे शेवटी तु काढलेस माप.
झेलुन उनवारा ज्यांनी धरली तुझ्यावर सावली,
विसरून गेला क्षणात तु ते बाप आणि माऊली.
        जसे करावे तसे भरावे विसरू नको जगाची रीत,
        अशीच वेळ उद्या तुझीही असेल समजु नको हे मिथ.
ज्वर चढला अंगाशी झाला खुप पश्चाताप,
हुंदके देवुन रडु लागला आठवले ते माय बाप.
        क्षमा मागुन आईबापांची चरणांवरती लोळला,
        बघुन पुत्राची दशा त्यांचा जीव पोळला.
मायबापाचे नेत्र ते क्षणांत ओलेचिंब झाले,
कवटाळून छातीशी त्यांनी त्याला माफ केले.

आभार

माझा हा काव्यसंग्रह सर्वांनी मनपूर्वक वाचला त्याबद्दल सर्वप्रथम मी आपणा सर्वांचाच आभारी आहे.

माझ्या काल्पनिकतेतून साकारलेला, परंतू वास्तव्याचा आधार घेत, मराठी भाषेच्या अवजड शब्दांची तडजोड करून पूर्णत्वास नेलेला, आणि निसर्गातील अनेक गोष्टींचे मधुर वर्णन करणारा हा काव्यसंग्रह आहे. तुमच्या प्रोत्साहनपूर्वक शाब्बासकीच्या थापेनेच माझ्या मनातील कल्पनाविश्वाचा दरवाजा उघडला जातो. आणि त्यातूनच अशा छोट्या मोठ्या कवितांची निर्मिती होत जाते. त्यामुळे वेळ मिळाल्यास आपल्या प्रतिक्रिया खाली दिलेल्या मेल आयडीवर नक्की कळवा.

surendralabhade@gmail.com

-डॉ.सुरेंद्र लभडे

www.ingramcontent.com/pod-product-compliance
Lightning Source LLC
LaVergne TN
LVHW092359220825
819400LV00031B/445